மர்ம சந்நியாசி

மர்ம சந்நியாசி

SP. சொக்கலிங்கம்

கிழக்கு

மர்ம சந்நியாசி
Marma Sanniyasi

SP. Chockalingam ©

Kizhakku First Edition: June 2022
128 Pages
Printed in India.

ISBN : 978-93-90958-39-9
Kizhakku - 1269

Kizhakku Pathippagam

177/103, First Floor, Ambal's Building, Lloyds Road, Royapettah, Chennai - 600 014. Ph: +91-44-4200-9603
Email : support@nhm.in Website : www.nhm.in

f kizhakkupathippagam **t** kizhakku_nhm

Author's Email: chockalingam.sp@gmail.com

Kizhakku Pathippagam is an imprint of New Horizon Media Private Limited

The views and opinions expressed in this book are the author's own and the facts are as reported by the author, and the publishers are not in any way liable for the same.

All rights reserved. No part of this publication may be reproduced, stored in a retrieval system, or transmitted, in any form or by any means, electronic, mechanical, photocopying, recording or otherwise, without the prior permission of the publishers.

சமர்ப்பணம்
என் குடும்பத்தினருக்கு

பொருளடக்கம்

	முன்னுரை	/ 9
1.	ராஜ்குமார் இறந்துவிட்டார்	/ 11
2.	சாவில் மர்மம்	/ 24
3.	ஜடாமுடி சந்நியாசி	/ 28
4.	ராஜ்குமார் சாகவில்லை?	/ 33
5.	வாரிசு இல்லாத ராஜ்ஜியம்	/ 38
6.	விளம்புவகை வழக்கு	/ 43
7.	நடந்தது என்ன?	/ 75
8.	மேஜோ குமார்தான் சந்நியாசியா?	/ 91
9.	சந்நியாசி வங்காளியா?	/ 100
10.	தீர்ப்பு	/ 106
11.	மேல் முறையீடு	/ 111

முன்னுரை

2012ஆம் ஆண்டு நான் எழுதிய 'பிரபல கொலை வழக்கு (முதல் பாகம்)' வெளியாகி வாசகர்களிடம் நல்ல வரவேற்பைப் பெற்றது. அந்தப் புத்தகத்தில் இடம்பெற்ற 10 வழக்குகளில் அனைவரையும் ஈர்த்தது மர்ம சந்நியாசி வழக்கு. இது கொலை வழக்கு அல்ல; விளம்புவகை வழக்கு (Declaratory Suit).

இறந்ததாகக் கருதப்படும் ஒரு ராஜகுமாரன் தான்தான் என்று ஒரு சந்நியாசி உலகுக்கு பிரகடனம் செய்யவேண்டும் என்று நீதிமன்றத்தில் தொடுத்த வழக்கு. மிகவும் விசித்திரமான வழக்கு.

ஆங்கிலத்தில் 'Truth is stranger than fiction' என்ற ஒரு வாசகம் உண்டு. அதாவது உண்மை கற்பனையையும் விஞ்சியது. அந்தக் கூற்றுக்கு நல்ல எடுத்துக்காட்டு இந்த மர்ம சந்நியாசி வழக்கு.

'பிரபல கொலை வழக்கு (முதல் பாகம்)' நூலில் அதிக பக்கங்களைக் கொண்டது இந்த மர்ம சந்நியாசி வழக்குதான். ஆனால், கொலை வழக்குகள் என்ற தலைப்பில் இந்த வழக்கு இடம் பெற்றிருப்பது தவறாகத் தோன்றவே, அந்த வழக்கை மட்டும் எடுத்து

தனிப் புத்தகமாகப் போடவேண்டும் என்ற அடிப்படையில் உருவானதுதான் இந்த 'மர்ம சந்நியாசி' புத்தகம்.

படித்து மகிழுங்கள்.

உங்கள் கருத்துகளைப் பகிருங்கள்.

●

1

ராஜ்குமார் இறந்துவிட்டார்

ராஜ்குமார் இறந்துவிட்டார் என்று டார்ஜிலிங்கிலிருந்து பாவல் சமஸ்தானத்துக்குத் தந்தி அனுப்பப்பட்டது. குடும்பத்துடன் கோடை விடுமுறையைக் கழிக்கச் சென்றவர், பாவல் ஜமீனின் இரண்டாம் ராஜகுமாரன். ராஜ்குமார் ராமேந்திர நாராயண ராய் என்பது முழுப்பெயர். ‘மேஜோ குமார்’ என்றும் அழைக்கப் படுவார். பாவல் ஜமீன், டார்ஜிலிங்கிலிருந்து நூற்றுக் கணக்கான கிலோ மீட்டர் தொலைவில் உள்ளது.

ஜமீனைச் சேர்ந்தவர்கள், குடும்ப உறுப்பினர்கள், முக்கியஸ்தர்கள் என்று யாரும் இன்னும் வந்து சேரவில்லை. இன்னும் அவர்களுக்குத் தந்தியே கிடைக்கவில்லை. இருப்பினும், இறந்த மேஜோ குமாரை அவசரமாக அடக்கம் செய்ய ஏற்பாடு செய்யப்பட்டது.

1909 மே 8ம் தேதி, மாலை சுமார் 7 மணியளவில், மேஜோ குமார் இறந்துபோனார். அக்கம் பக்கத்தில் யாராவது

பிராமணர்கள் இருக்கிறார்களா என்று விசாரித்து வர, மேஜோ குமாரின் சிப்பந்திகள் அனுப்பப்பட்டனர். இறந்தவர் பிராமணர் என்பதால், பிராமண முறையில் சடங்குகள் செய்யவேண்டும். ஆனால், யாரும் கிடைக்கவில்லை. அதனால் என்ன, பிணம் அடக்கம் செய்யப்பட்டாகவேண்டும். இரவு 9 மணி. உடல், பாடையில் ஏற்றப்பட்டது. அடக்கம் செய்யச் செல்லவிருந்த கும்பலில் சுமார் 20 பேர் இருந்தனர். பங்களாவின் ஓர் அறையில் மேஜோ குமாரின் மனைவி பிபாவதி தேவி ஆற்றமுடியாமல் அழுதுகொண்டு இருந்தார். அவருக்கு 19 வயதுதான் ஆகியிருந்தது.

மேஜோ குமார் இறக்கும்போது, அவருக்கு 25 வயது. இந்தியாவின் கவர்னர் ஜெனரல் மற்றும் வைஸ்ராயான மிண்டோ பிரபு வரும் நேரம் அது. அதனால், டார்ஜிலிங்கில் பாதுகாப்பு ஏற்பாடுகள் தடபுடலாக இருந்தன. ஆங்கிலேயர்களால் இந்தியாவின் கோடை வெப்பத்தைத் தாங்கமுடியவில்லை. அருகிலிருந்த மலைவாசஸ்தலத்துக்குச் சென்று கோடைக்காலத்தைக் கழித்தனர். அவர்களுடன் அரசாங்க ஊழியர்களும் சென்றனர். ஏன், ராஜ்ஜியத்தின் அரசாங்கமே கோடைக் காலங்களில் மலைவாசஸ்தலங்களில்தான் நடை பெற்றது.

முக்கிய சாலைகளில் கூட்டமாகச் செல்ல தடை விதிக்கப்பட்டிருந்ததால் (சுதந்தரப் போராளிகள் ஆங்காங்கே ஆங்கிலேயர்கள் மீதும், அவர்களின் நிர்வாகத்தின் மீதும் தாக்குதல் நடத்தியால் இந்த ஏற்பாடு), மேஜோ குமாரின் உடல் இடுகாட்டுக்கு வேறொரு வழியில் எடுத்துச் செல்லப்பட்டது. அது சுற்று வழி; மேலும் தூரமும் கூட. ஆனால், மேஜோ குமாரை அன்றே தகனம் செய்யவேண்டும் என்பதில் கும்பல் உறுதியாக இருந்தது. அந்தக் கும்பலுக்கு தலைமை தாங்கி, அனைத்துக் காரியங்களையும் மும்முரமாக கவனித்துக் கொண்டிருந்தவர், மேஜோ குமாரின் மைத்துனர் மற்றும் பிபாவதி தேவியின் அண்ணனான சத்தியேந்திர பானர்ஜி (சத்திய பாபு என்று அனைவராலும் அழைக்கப்பட்டார்).

நகர்புறத்தைத் தாண்டி மேஜோ குமாரின் இறுதி ஊர்வலம் சென்றது. டார்ஜிலிங் இமயமலைத் தொடர்ச்சியில் பயணம் தொடர்ந்தது. பச்சைப் பசேல் என்ற புல்வெளி. அதைத் தொடர்ந்து அடர்ந்த காடுகள். மேகங்கள், மலைகளுடன் எப்பொழுதும் உரசியும் வளைந்தும் சென்று கொண்டிருக்கும். எப்பொழுது வேண்டுமானாலும் மழை வரும். இரவு நேரம் என்பதால் குளிர் அதிகமாக இருந்தது. சுடுகாட்டுக்கு அருகில் சென்றபோது, சீற்றத்துடன் புயல்காற்று வீசத் தொடங்கியது. அதற்குமுன் கண்டிராத பெருங்காற்று. கையில் எடுத்து வந்த விளக்குகளும், ஏற்றிவந்த தீப்பந்தங்களும் அணைந்துவிட்டன. அடிக்கிற காற்றில் ஒருவராலும் திடமாக நிற்கமுடியவில்லை. காற்றைத் தொடர்ந்து ஜோவென்று மழையும் கொட்டியது. ஒருவருக்கொருவர் தன் பக்கத்தில் மற்றவர் இருக்கிறாரா இல்லையா என்று கூடப் பார்க்கமுடிய வில்லை. சிறிது நேரத்துக்கெல்லாம் அங்கு கூச்சலும் குழப்பமும் நிலவியது.

உடனே, சத்திய பாபு முடிவெடுத்தார். அங்கிருந்தவர் களிடம் தாங்கள் ஏந்தி வந்த மேஜோ குமாரின் உடம்பைப் பாதுகாப்பாக ஓரிடத்தில் வைத்துவிட்டு, மழை நிற்கும் வரை பாதுகாப்பாக ஒதுங்கிக் கொள்ளுமாறு கூச்சல் போட்டார். சிப்பந்திகளும் அப்படியே செய்தனர். மேஜோ குமாரின் உடல், அந்த இயற்கைச் சீற்றத்தின் நடுவே பாதுகாப்பான இடம் என்று கருதப்பட்ட பகுதியில் கிடத்தப்பட்டது. பிணத்தைத் தூக்கி வந்தவர்கள் அனைவரும் பாதுகாப்பான இடம் நோக்கி ஓடினார்கள். அங்கு, தொலைவில் சில குடிசைகள் தென்பட்டன. அவையெல்லாம் தேயிலைத் தோட்டத்தில் வேலை செய்யும் கூலித் தொழிலாளிகளின் வீடுகள். ஆனால், அனைத்து வீடுகளும் பூட்டியே இருந்தன. அதனால், ஊர்வலத்தினர் அனைவரும் ஒரு பாறையின் தாழ்வாரத்தின் அடியில் ஒதுங்கிக் கொண்டனர்.

அடித்துப் பெய்த மழையுடன் அவ்வப்போது இடியும் மின்னலும் தாக்கியது. சுமார் ஒரு மணி நேரத்துக்குப் பிறகு மழை சற்று ஓய்ந்தது. எங்கும் மயான அமைதி.

மழைநீர் மலைகளின் பாறைகளின் இடையே சிற்றோடையாக ஓடிக்கொண்டிருந்தது. அந்த நிசப்தத்தின் இடையில் மரக்கிளைகளிலிருந்து மழைநீர்த் துளிகள் சொட்டிக்கொண்டிருந்தன. தொப்பலாக நனைந்த இறுதி ஊர்வலத்தினர் அனைவரும் ஒன்று கூடி வந்து பார்த்தபோது, மேஜோ குமாரின் உடலைக் காணவில்லை! எவ்வளவு தேடியும் மேஜோ குமாரின் உடல் கிடைக்கவில்லை.

செய்வதறியாமல் களைப்புடன் வீடு திரும்பினர். மேஜோ குமாரின் உடலை தகனம் செய்யவேண்டும் என்று தான் எடுத்த முயற்சி வீணாகிப்போனதை நினைத்து மனம் வருந்தினார் சத்திய பாபு. பங்களாவின் மேற்தளத்தில் உள்ள ஓர் அறைக்கு சத்திய பாபு சென்றார். கூடவே அவருடைய நம்பிக்கைக்குரியவர்கள் நால்வரும் சென்றனர். அறைக்கதவு தாழிடப்பட்டது. சிறிது நேரத்துக்கெல்லாம் நால்வரும் வெளியே வந்தனர்.

மே 9, காலை 9 மணி அளவில் பங்களாவின் வாயிலில் ஒரு பாடை தயாராகக் கிடத்தி வைக்கப்பட்டிருந்தது. அதில், முழுதும் துணியால் சுற்றப்பட்ட ஓர் உடல் கிடத்தப்பட்டது. பங்களாவில் இருந்தவர்களும், அக்கம்பக்கத்தினரும் கிடத்தப்பட்ட உடலுக்கு மலர்வளையம் வைத்து நினைவு கூர்ந்தனர். பாடை தூக்கப்பட்டது. சுடுகாட்டுக்கு எடுத்துச் செல்லப்பட்டது. கூடவே 30 நபர்கள் சென்றனர். அதில் சில முக்கியஸ்தர்களும் இருந்தனர். குறிப்பிடும்படியாக பர்தவான் சமஸ்தானத்தின் ராஜாவும் அந்த இறுதிச் சடங்கில் கலந்து கொண்டார்.

பர்தவானும் பாவலைப் போல ஒரு பெரிய ராஜ்ஜியம். இறுதி ஊர்வலம் செல்லும் வழியெல்லாம் ஏழைகளுக்கும் பிச்சைக்காரர்களுக்கும் தானம் வழங்கப்பட்டது. சீருடை அணிந்த கூர்காக்கள் ஊர்வலத்தை வழிநடத்திச் சென்றனர். சமுதாயத்தில் உயர்ந்த மனிதர் ஒருவர் இறந்துவிட்டார் என்பதைக் காட்டுவதற்காக இந்த ஏற்பாடு. ஒரு மணி நேரத்துக் கெல்லாம் மேஜோ குமாரின் உடல் சுடுகாட்டுக்குக் கொண்டுசெல்லப்பட்டது.

மேஜோ ராஜாவின் உடல் தீக்கிரையாக்கப்படுவதற்கு முன்னர் செய்யப்படவேண்டிய சடங்குகளெல்லாம் சரியாகச் செய்யப்படவில்லை. உடல்மீது சுற்றப்பட்ட துணி கடைசிவரை அகற்றப்படவில்லை. மேஜோ ராஜாவின் முகத்தை அங்கு குழுமியிருந்தவர்கள் யாரும் பார்க்கவில்லை. உடல் குளிப்பாட்டப்படவில்லை. உடலில் நெய் பூசப்படவில்லை. உடலுக்குப் புதிய துணி அணிவிக்கப்படவில்லை. சிதைக்குத் தீ மூட்டுவதற்கு முன்னர், அங்கு உள்ளவர்களுக்குப் பிண்டம் வழங்க வேண்டும். அதுவும் வழங்கப்படவில்லை. ஆனால், மேஜோ ராஜாவின் உடல் தகனம் செய்யப்பட்டது. குறிப்பிடப்படவேண்டிய விஷயங்கள்: இறுதிச் சடங்கை புரோகிதர் நடத்தவில்லை; மேஜோ குமாரின் அஸ்தியும் எடுத்துச் செல்லப்படவில்லை.

வீடு திரும்பிய சத்திய பாபு, 'மேஜோ குமாரின் உடல் தகனம் செய்யப்பட்டது' என்று ஜெய்தேபூருக்குத் தந்தி அனுப்பினார். கல்கத்தாவிலிருந்து வெளியாகும் பிரபல பத்திரிகையான ஸ்டேட்ஸ்மெனில், மேஜோ குமாரின் இரங்கல் செய்தி வெளியிடப்பட்டது. மேஜோ குமாரின் சொந்த ஊரில் நடக்க வேண்டிய ஏனைய சடங்குகளை நிறைவேற்றும் பொருட்டு, டார்ஜிலிங்கிலிருந்து அனைவரையும் புறப்படச் செய்தார் சத்திய பாபு. ஜெய்தேபூருக்குச் சென்றவர்களில் அஷுதோஷ் கோஷ் என்ற மருத்துவக் கல்லூரி மாணவனும் ஒருவன். அவன், பாவல் அரண்மனையின் ஆஸ்தான மருத்துவரின் மகன். மருத்துவக் கல்லூரியில் படித்துக்கொண்டிருந்தான். அவனுக்கும் இந்த வழக்கில் முக்கியப் பங்கு இருக்கிறது. அதைப் பின்னர் பார்ப்போம். இப்பொழுது பாவல் ராஜ்ஜியத்தைப் பற்றி பார்த்துவிடுவோம்.

●

இந்தியாவில் ஆங்கிலேயர்களின் கட்டுப்பாட்டிலிருந்த வளமான மாகாணம், வங்கதேசம். சிப்பாய் கலகத்துக்குப் பிறகு, ஆங்கிலேயர்களுக்கு எதிராகப் புரட்சியை ஆரம்பித்துவைத்து, அதிகளவில் போராட்டத்தில் ஈடுபட்டவர்கள், வங்காளிகள்தான். புரட்சியை ஒடுக்கவேண்டியே, அப்போதைய இந்திய கவர்னராக

இருந்த கர்ஸன்துரை, 1905ம் ஆண்டு மத அடிப்படையில் வங்காளத்தை இரண்டாகப் பிரித்தார். இந்துக்கள் அதிகமாக இருந்த மேற்குப் பகுதியை மேற்கு வங்காளமாகவும் முஸ்லிம்கள் அதிகமாக இருந்த கிழக்குப் பகுதியை கிழக்கு வங்காளமாகவும் பிரித்துவைத்தார். மேற்கு வங்காளம் மற்றும் இந்தியாவின் அப்போதைய தலைநகரம், கல்கத்தா. கிழக்கு வங்காளத்தின் தலைநகரம், டாக்கா.

பாவல் ராஜ்ஜியம், கிழக்கு வங்காளத்திலேயே உள்ள ஒரு பெரிய ஜமீன். சுமார் 1500 சதுர கிலோ மீட்டர் பரப்பளவு கொண்டது. இதன் தலைநகரம், ஜெய்தேபூர். டாக்காவிலிருந்து 20 மைல் தொலைவில் உள்ளது, இந்த ஜெய்தேபூர். சுமார் 2300 கிராமங்களை உள்ளடக்கியது. இந்த ஜமீனில், சுமார் 5 லட்சம் மக்கள் வசித்து வந்தனர். பெரும்பான்மையானவர்கள் முஸ்லிம்கள். இவர்களுக்குப் பிரதான தொழில், விவசாயம். மக்கள் ஆண்டொன்றுக்கு ஜமீனுக்குச் செலுத்தி வந்த வரி, 10 லட்சம் ரூபாய்க்கும்மேல். சென்ற நூற்றாண்டின் தொடக்கத்தில் இந்தத் தொகை அளப்பரியது. மக்களுக்கு தங்கள் ஜமீன்தான் கோயில்; அதை நிர்வகித்து வரும் ராஜாதான் தெய்வம்.

பாவல் அரண்மனையைச் சுற்றி ஆயிரக்கணக்கான ஏக்கரில் விவசாய நிலங்கள், நூற்றுக்கணக்கான பழத் தோட்டங்கள், அடர்ந்த காடுகள், வளைந்து நெளிந்து ஓடும் ஆறுகள், போலோ மைதானம், கிரிக்கெட் மைதானம், கால்பந்து மைதானம், குதிரைக் கொட்டம், யானைகள் என ஒரு ராஜ்ஜியத்துக்கே உரித்தான அனைத்துச் சங்கதிகளும் இருந்தன.

பாவல் அரண்மனையின் பெயர், ராஜ்பாரி. இந்த அரண்மனை ஐந்து ஏக்கர் நிலத்தில் அமைந்துள்ளது. இந்த அரண்மனை இரண்டு தளங்களைக் கொண்ட பத்து தொகுப்புகளைக் கொண்டது. சுமார் 360 சிறிய மற்றும் பெரிய அறைகளை உள்ளடக்கியது. ஐரோப்பிய விருந்தாளிகள் வந்தால், அவர்களைத் தங்க வைப்பதற்காகவே தனியே அறைகள் ஒதுக்கப்பட்டிருந்தன. பாவல் ராஜ்ஜியத்துக்கு ஆங்கிலேய துரைகள்

வேட்டையாடுவதற்காக அடிக்கடி வருவது வழக்கம். அவர்களை வேட்டைக்கு அழைத்துச் செல்வது மேஜோ குமார்தான். அரண்மனையில் நடனம், பாடல் மற்றும் இன்ன பிற கலைநிகழ்ச்சிகள் நடப்பதற்காக இரண்டடுக்குக் கட்டடம் கட்டப்பட்டது. அரண்மனையில் பல அடுப்பங்கறைகள் உள்ளன. அசைவம் சமைப்பதற்கென்றே தனியாக ஒரு பெரிய அடுப்பங்கறை உண்டு. அரண்மனையைச் சுற்றி ராஜ்ஜிய நிர்வாகத்துக்கான அலுவலகங்கள், கருவூலம், அரண்மனைக்கான மருத்துவமனை, சிப்பந்திகள் தங்கும் விடுதி எனப் பலவும் இருந்தன. அரண்மனையை நிர்வாகம் செய்ய ஏகப்பட்ட அலுவலர்கள் இருந்தனர். வெள்ளைக்கார அலுவலர்களும் இருந்தனர். இவர்களைத் தவிர, சேவை செய்வதற்காக ஆயிரக்கணக்கான சிப்பந்திகள், பாதுகாவலர்கள் மற்றும் இன்ன பிறர் நியமிக்கப்பட்டிருந்தனர். ஜமீனின் ராஜா ராஜேந்திர நாராயண ராய், 1901ம் ஆண்டு வாக்கில் இறந்துவிட்டார்.

ராஜாவின் மனைவியான ராணி பிலாஸ்மனியும் 1907ம் ஆண்டு இறந்துவிட்டார். மேஜோ ராஜாவுடன் கூடப் பிறந்தவர்கள் இரண்டு சகோதரர்கள், மூன்று சகோதரிகள். சகோதரிகள் திருமணமாகிச் சென்றுவிட்டனர். தந்தை, தாய் இறந்த பிறகு, மூன்று சகோதரர்களும் ராஜ்ஜியத்திற்கு சொந்தக்காரர்களானார்கள். ராஜ குமாரர்கள் ஒவ்வொருவருக்கும் ராஜ்ஜியத்தில் மூன்றில் ஒரு பங்கு கிடைத்தது. மேஜோ ராஜாவுக்கு ஓர் அண்ணன், பெயர் ரானேந்திரா (சுருக்கமாக பாரா குமார் என்று அழைக்கப்பட்டார்). மேஜோ குமாரின் தம்பி ரபிந்திரா (சுருக்கமாக சோட்டா குமார் என்று அழைக்கப்பட்டார்).

நாம் வழக்கு விவகாரத்துக்கு மறுபடியும் வருவோம்.

•

ஜமீன் குடும்பத்தை நிர்வகிக்க, பேருக்குத்தான் மூன்று குமார்கள் இருந்தனர். மூவரும் பொறுப்பற்றவர்கள். யார் சொல் பேச்சும் கேட்க மாட்டார்கள். முரட்டுச் சுபாவம்

கொண்டவர்கள். படிப்பு சுத்தமாக ஏறவில்லை. ஊதாரிகளும்கூட. வாழ்க்கையை எப்பொழுதும் இன்பகரமாகக் கழிப்பதே தங்கள் கடமை என்று வாழ்ந்து வந்தவர்கள்.

மூவரில், மேஜோ குமாரைத்தான் அரண்மனையிலிருந்த அனைவருக்கும் பிடிக்கும். அவர் முரடனாக இருந்தாலும், சில நற்குணங்கள் படைத்தவராக இருந்தார். அவரை அவ்வளவு எளிதில் யாராலும் புரிந்து கொள்ளமுடியாது. தன்னுடைய மூன்று சகோதரர்களிடமும் அவர் பிரியமுடன் இருந்தார். அவரிடம் உறுதியான தன்மையும் தலைமைப் பண்புகளும் காணப்பட்டன. மேஜோ குமார் தோற்றத்திலும் அழகாக இருப்பார்.

மேஜோ குமாருக்கு மிருகங்கள்மீது அலாதிப் பிரியம். அதனால், தன்னுடைய அரண்மனையிலேயே தனியாக ஒரு மிருகக்காட்சிசாலையைத் தோற்றுவித்து அதைத் திறம்பட நிர்வகித்து வந்தார். அந்த மிருகக்காட்சி சாலையில் புலி, சிறுத்தை, கரடி, நரி, குரங்கு, நெருப்புக் கோழி மற்றும் ஏனைய காட்டு மிருகங்களும் இருந்தன. மேஜோ ராஜாவின் செல்லப் பிராணி, ஃபுல்மாலா என்ற பெண் யானை. மேஜோ குமார் பிரமாதமாகக் குதிரை சவாரி செய்வார். காட்டு மிருகங்களை வேட்டையாடுவதில் வல்லவர். திறமையாக போலோ விளையாடுவார். பாரம்பரிய இந்திய சங்கீதம் மிகவும் பிடிக்கும். அதுவும் வங்காள மொழியில் உள்ள ஆன்மிகப் பாடல்கள் என்றால் மேஜோ குமாருக்கு உயிர். தபலா, சித்தார் மற்றும் கிளாரினெட் வாசிப்பதிலும் வல்லவர்.

மேஜோ குமார் ஓர் அற்புதமான அலங்கார ரதம் வைத்திருந்தார். அதில் அவர் தன் குதிரையைப் பூட்டி ராஜ்பாரி மைதானத்தை வலம் வருவார். அதைப் பார்க்கக் கண்கொள்ளாக் காட்சியாக இருக்கும். ஒருமுறை மேஜோ குமாருக்கும், டாக்காவின் நவாப் சலீமுல்லாஹ்வுக்கும் நூற்றுக்கணக்கான பார்வையாளர்களின் ஆரவாரத்துக்கு இடையே ரதப் போட்டி நடைபெற்றது. அதில், மேஜோ குமார் சர்வ சாதாரணமாக வெற்றி பெற்று, போட்டிக்கான பரிசுத் தொகை 1000 ரூபாய்யையும் தட்டிச் சென்றார்.

இன்பமயமான வாழ்க்கை மேஜோ குமாருடையது. பகலில் போட்டி, வேடிக்கை, விளையாட்டு என்றால் இரவில் களியாட்டம். மேஜோ குமாருக்கு 16 வயது இருக்கும்போதுதான் அவருக்குச் சிற்றின்ப அனுபவம் கிடைத்தது. டாக்காவில் உள்ள ஒரு பிரபல விலைமகளின் வீட்டுக்கு அழைத்துச் செல்லப்பட்டார். அவளுக்கு மேஜோ குமாரை விட இரண்டு மடங்கு வயது அதிகம். அவள், மேஜோ குமாருக்குக் காமக்கலைகள் அனைத்தையும் கற்றுத்தர வேண்டும் என்று கேட்டுக்கொள்ளப்பட்டாள். அவளும் மேஜோ குமாருக்கு ஐயம் திரிபுர கற்றுக்கொடுத்தாள். மேஜோ குமார் அனைத்தையும் சீக்கிரமாக கற்றுக்கொண்டு விட்டார். விளைவு, பெண் பித்தனாகிப் போனார். மேஜோ குமார் நித்தம் ஒரு விலை மாதுவிடம் சென்றார். அரண்மனை முழுவதும் அரசல் புரசலாக மேஜோ குமாரின் நடவடிக்கையைப் பற்றித்தான் பேச்சு. இதற்கு ஒரு முடிவு கட்டவேண்டும் என்று மேஜோ குமாரின் பாட்டி முடிவெடுத்தார். கால்கட்டு போடுவதுதான் ஒரே வழி என்று அரண்மனையில் முடிவெடுக்கப்பட்டது.

கல்கத்தாவுக்கு அருகே உள்ள உத்தர்புரா என்ற ஒரு பிரபல ஜமீன் குடும்பத்தைச் சேர்ந்த பெண், பிபாவதி தேவி. அவருக்கும் மேஜோ குமாருக்கும் நிச்சயதார்த்தம் செய்யப்பட்டு, வெகுவிமரிசையாக 1902ம் ஆண்டு திருமணம் நடைபெற்றது. ஊரே விழாக்கோலம் பூண்டது. திருமணம் முடிந்த பிறகும், மூன்று நாள்களுக்குக் குறையாமல் விருந்து பரிமாறப்பட்டது. ஆயிரக்கணக்கானோர் தினந்தோறும் வந்து விருந்தில் கலந்து கொண்டனர். திருமணத்துக்குப் பிறகு, பிபாவதி அதிகமாக தன் பிறந்த வீட்டில்தான் இருந்தாள். மேஜோ குமாரின் மூர்க்க குணம் பிபாவதியை மிகவும் பயத்துக்குள்ளாக்கியது.

அரண்மனைக்கு நாட்டிய மங்கைகள் வருவதும், அவர்கள் தங்கள் நாட்டியத்தையும் இதர சாகசங்களையும் வெளிப்படுத்துவதும் தொடர்ந்தது. அப்படியொரு நாட்டிய நிகழ்ச்சியில், மேஜோ குமாரைத் தன்னுடைய நளினத்தால் அதிகமாகக் கவர்ந்தவள், எலோகேஷி. 17 வயது. நல்ல அழகு. தாள வாத்தியங்களுக்கு ஏற்றவாறு

அவள் பிரமாதமாக ஆடினாள். மேஜோ குமாரும் அவளது நடனத்தால் சுண்டி இழுக்கப்பட்டார். பிறகென்ன, எலோகேஷிக்கு அரண்மனையிலேயே ஓர் அறை ஒதுக்கப்பட்டது.

எலோகேஷி அரண்மனையில் குடியேறியதால், அரண்மனையில் ஒரே சலசலப்பு, கூச்சல், குழப்பம். வேறுவழியில்லாமல் மேஜோ குமார், எலோகேஷியை டாக்காவில் உள்ள பேகம்பசாரில் தங்க வைத்தார். பாவம் மேஜோ குமார், எலோகேஷியைப் பார்ப்பதற்காக 20 மைல் செல்லவேண்டியிருந்தது.

மேஜோ குமார், 1905ம் ஆண்டு சத்திய பாபுவின் தொந்தரவு தாங்கமுடியாமல் 30,000 ரூபாய்க்கு ஓர் ஆயுள் காப்பீட்டு பாலிசியை எடுத்தார். அந்த பாலிசியில் தன்னுடைய மனைவியான பிபாவதி தேவியை நாமினியாக நியமனம் செய்தார். மேஜோ குமாருக்குக் காப்பீடு வழங்கிய நிறுவனம் ஸ்காட்லாந்தைச் சேர்ந்தது. அந்நிறுவனத்தின் தலைமையகம் எடின்பரோவில் இருந்தது. 30,000 ரூபாய்க்குக் காப்பீடு எடுப்பது என்பது அந்தக் காலத்தில் பெரிய விஷயம். காப்பீட்டு பாலிசியைப் பெறுவதற்கு முன்னர், மேஜோ குமார் மருத்துவ ஆய்வுக்கு உட்படுத்தப்பட்டார். பாலிசி எடுப்பவர் நல்ல உடல்நிலையில் இருக்கிறாரா இல்லையா என்பதைத் தெரிந்து கொள்வதற்காக நடத்தப்படும் ஆய்வு இது. மேஜோ குமாரைப் பரிசோதித்தவர், டாக்டர் காண்டி. மருத்துவச் சோதனையில் மேஜோ குமாரின் உடலில் உள்ள மச்சம் மற்றும் இதர அறிகுறிகள் எல்லாம் குறிப்பெடுக்கப் பட்டன.

1906-ல் வேல்ஸ் இளவரசர் ஜார்ஜ், கல்கத்தாவுக்கு வருகை தந்தார். அவரை வரவேற்க வங்கதேசத்தில் உள்ள ராஜாக்கள், நவாப்புகள் மற்றும் ஜமீன்தார்கள் என எல்லோரும் கல்கத்தாவில் குழுமினர். பாவல் ராஜ்ஜியத்தைச் சேர்ந்த மூன்று ராஜகுமாரர்களும் கல்கத்தாவுக்குச் சென்றனர். கல்கத்தாவுக்குச் சென்ற மேஜோ குமார் தன்னுடைய லீலைகளை அங்கும் தொடங்கினார். அங்கு அவருக்குப் பலதரப்பட்ட,

பல்வேறு நாடுகளைச் சேர்ந்த மங்கைகள் கிடைத்தனர். மேஜோ குமார் எதிர்பார்த்ததையும்விட அதிகமாகப் பெண்கள் கிடைத்தனர். கூடவே, அவர் எதிர்பார்க்காத ஒன்றும் கிடைத்தது. சிப்பிலிஸ் (syphilis) மேக நோய். விரைவில், நோய் முற்றிப்போய் உடம்பெல்லாம் புண்ணாகி, சீழ்பிடித்து அருவருப்பான ரணமாகி விட்டது.

அந்தக் காலத்தில் சிப்பிலிஸைக் குணமாக்க பிரத்தியேக மருத்துவ சிகிச்சையில்லை. இருக்கும் மருந்தை எடுத்துக்கொண்டால், குணமாக சில மாதங்கள் அல்லது ஆண்டுகள் ஆகும். சிப்பிலிஸ் நோயிலிருந்து மீண்டாலும் அது உடலில் பெரும் பாதிப்பை ஏற்படுத்தும். உடம்பிலுள்ள கொப்பளங்கள் ஆறினாலும், அந்த இடத்தில் நீங்கா வடு ஏற்படும். வடுக்கள் ஏற்பட்ட இடத்தில் இருக்கும் எலும்புகள் மற்றும் தண்டுவடம் கடினமாகிப் புறந்தள்ளியிருக்கும். மருத்துவர் ஒருவர் இம்மாதிரி வடுக்களைப் பார்த்தால், அது சிப்பிலிஸ் நோயால்தான் ஏற்பட்டிருக்கிறது என்று சரியாகக் கூறிவிடுவார். உடம்பில் காயம் ஏற்பட்டு அதனால் உண்டான வடுவுக்கும், சிப்பிலிஸ் நோயால் உருவான வடுவுக்கும் நிறைய வித்தியாசங்கள் உள்ளன. சிப்பிலிஸ் கண்டவர்களுக்கு உடம்பின் பல பகுதிகளில் வெள்ளைத் தழும்புகள் ஏற்படும். குறிப்பாகக் கன்னத்தில், வாய்ப்பகுதியில், நாக்கில் மற்றும் பிறப்பு உறுப்பில். மூக்கின் இரண்டு நாசிகளுக்கும் இடையில் இருக்கும் எலும்பு கடினமாகி, மூக்கு கருடமூக்கு போல காட்சியளிக்கும். எல்லாவற்றுக்கும் மேலாக, சிப்பிலிஸ் நோயால் பாதிக்கப்பட்டவர்களுக்கு விரைப்பையில் (testicles) எவ்வித உணர்ச்சியும் இருக்காது. விரைப்பைக்கு அழுத்தம் கொடுத்தாலும் வலி எதுவும் இருக்காது.

மேஜோ குமாருக்குச் சிசிக்சைகள் ஆரம்பிக்கப்பட்டன.

●

1909ம் ஆண்டு தொடக்கத்தில் இங்கிலாந்திலிருந்து கிச்சனர் துரை (இவர் இரண்டாம் உலக யுத்தம் நடந்த போது, இங்கிலாந்து அரசின் Secretary of State for war ஆக

நியமிக்கப்பட்டார்). கல்கத்தாவுக்கு ஒருமுறை வருகை தந்தார். ஒரு ராயல் பெங்கால் புலியை எப்படியாவது வேட்டையாடவேண்டும் என்று அவருக்கு ஆசை. புலி வேட்டை என்பது பெரும் சாகசம் என்பதால் அதை முயன்று பார்க்கவிரும்பினார்.

ராயல் பெங்கால் டைகரை வேட்டையாட வேண்டும் என்றால், பாவல் ராஜ்ஜியத்தில் உள்ள கானகத்துக்குத்தான் செல்லவேண்டும். உடனே இந்திய அரசாங்கம் பாவல் அரண்மனைக்கு கிச்சனர் துரை வரவிருப்பதாகத் தகவல் அளித்தது.

செய்தி கிடைத்ததும், ராஜ்பாரி அரண்மனையில் ஆலோசனைக்கூட்டம் நடந்தது. கிச்சனர் பிரபு வருவது அரண்மனைக்குப் பெருமை என்பதால் அவர் வருகையைச் சிறப்பிக்கவேண்டும் என்று முடிவெடுக்கப் பட்டது. கிச்சனர் வேட்டையாடச் செல்லும்போது யாரை அவருடன் அனுப்புவது? புலி வேட்டையில் புலியாகத் திகழ்ந்த மேஜோ குமாரைவிட ஒரு சிறந்த வீரர் அகப்பட்டுவிடுவாரா என்ன?

•

மேஜோ குமார் தனக்குப் பிரியமான ஃபுல்மாலா யானையின் மீது ஏறி வேட்டைக்கு செல்வோரை வழிநடத்திச் சென்றார். மரத்தின் உச்சியில் மறைவான மேடை அமைக்கப்பட்டது. கீழே, புலியை வர வைப்பதற்காக மூன்று எருமை மாடுகள் கட்டப்பட்டு இருந்தன. கூடாரத்தில் கிச்சனர் துரை துப்பாக்கியும் கையுமாகத் தயாராக இருந்தார். கூடவே மேஜோ குமார் மற்றும் வேட்டைக்குழுவை சேர்ந்தவர்களும் தயாராக இருந்தனர். ஆனால், புலிதான் வரவில்லை. கிச்சனர் துரை பொறுத்துப் பொறுத்துப் பார்த்தார், புலி வருவதாகத் தெரியவில்லை. வேறுவழியில்லாமல், அங்கு அப்பாவியாக வந்த ஒரு மானைச் சுட்டுவிட்டு, தனக்கு இது போதும் என்று புலியைச் சுட்ட பெருமிதத்துடன் விடைபெற்றுக்கொண்டார்.

கிச்சனர் துரை கல்கத்தா சென்றவுடன், முதல் வேலையாக ராஜ்பாரிக்கு ஒரு கடிதம் எழுதினார். அந்தக்

கடிதத்தில், பாவல் அரண்மனையில் தான் தங்குவதற்கும் பின்னர் வேட்டையாடுவதற்கும் சிறந்த முறையில் ஏற்பாடுகள் செய்யப்பட்டிருந்ததை நினைவுகூர்ந்து, தன்னுடைய மகிழச்சியையும் நன்றியையும் ராஜகுமாரர்களுக்குத் தெரிவித்தார். அதிலும் குறிப்பாக, மேஜோ குமாரை வெகுவாகப் பாராட்டியிருந்தார். சந்தர்ப்பம் கிடைத்தால் மேலும் ஒருமுறை மேஜோ குமாருடன் புலி வேட்டைக்கு வருவதாகத் தெரிவித்திருந்தார். அதன் பின்னர் கிச்சனர் துரையால் புலி வேட்டைக்கு வர முடியவில்லை. ஆனால் மேஜோ குமார், அந்த ஆண்டு இறுதியில் ஓர் அருமையான ராயல் பெங்கால் டைகரை வீழ்த்தி, அதை அரண்மனைக்குப் பரிசாக எடுத்துவந்தார். இது நடந்தது 1909ம் ஆண்டு. மேஜோ குமார் தன் குடும்பத்துடன் டார்ஜிலிங் செல்வதற்குச் சிறிது நாள்களுக்கு முன்னர். இந்தச் செய்திகளிலிருந்து, மேஜோ குமார் மருத்துவ சிகிச்சைக்குப் பின்னர் சிப்பிலிஸ் நோயிலிருந்து தேறி, உடல் நலத்துடன் இருந்தார் என்பது தெரிகிறது.

இதன் பிறகுதான் மேஜோ குமாரின் மச்சினரான சத்திய பாபு, அந்த வருடத்தின் கோடையை மேஜோ குமார் தன் மனைவியுடன் டார்ஜிலிங்கில் கழிக்கலாம் என்று யோசனை கூறி, அதற்கான ஏற்பாடுகளையும் செய்தார். மேஜோ குமார், பிபாவதி தேவி, சத்திய பாபு, டாக்டருக்குப் படித்து வரும் அஷுதோஷ் கோஷ் மற்றும் சிப்பந்திகள் என அனைவரும் டார்ஜிலிங் சென்றடைந்தனர். டார்ஜிலிங்கில் அவர்கள் தங்கியது Step Aside என்ற பிரபல பங்களாவில். டார்ஜிலிங் சென்ற சில நாள்களிலேயே மேஜோ குமார் உயிரிழந்தார். அதன் பின்னர் நடந்த சம்பவங்களைத்தான் நாம் முதலிலேயே பார்த்தோம்.

•

2

சாவில் மர்மம்

மேஜோ குமாரின் சாவில், ஏதோ மர்மம் இருப்பதாகவே அரண்மனையில் இருந்தவர்கள் கருதினர். மேஜோ குமார் உயிருடன் இருப்பதாக, ராஜ்ஜியம் முழுவதும் வதந்தி பரவியது. மேஜோ குமாரின் உடல் தீயூட்டப்பட்டதை யாரும் பார்க்கவில்லை, அதனால் மேஜோ குமாருக்கு 11ம் நாள் செய்ய வேண்டிய சடங்கைச் செய்வதில் அரண்மனையில் குழப்பம் நீடித்தது.

ஆங்கிலேய அரசாங்கம் இந்த விஷயத்தில் ஒரு விசாரணை நடத்தவேண்டும் என்றும் பலர் பரவலாகக் கருத்துத் தெரிவித்தனர். ஆனால் அரசாங்கம், இந்த விஷயத்தில் மூக்கை நுழைக்க விரும்பவில்லை. காரணம், ஒரு பிரபலமான ஜமீனின் உள்விவகாரத்தில் தலையிடக்கூடாது. அப்படிச் செய்தால் அது மக்களுக்கு ஆங்கிலேயர்களின் மீதான வெறுப்பை அதிகரிக்கும். மேலும், நாடெங்கும் சுதந்தர வேட்கையில் பலர்

ஆங்கிலேயர்களுக்கு எதிராக மக்களைத் தூண்டி வன்முறையில் ஈடுபட்டு வந்த சூழல். இந்த நேரத்தில் புதிய தலைவலி எதற்கு என்று ஆங்கிலேய அரசு ஒதுங்கிக்கொண்டது. மேலும் டார்ஜிலிங்கில் உள்ள பிரதான அரசு மருத்துவரே (Resident Civil Surgeon) மேஜோ குமார் இறந்துவிட்டதாகக் கூறி, இறப்புச் சான்றிதழ் வழங்கியிருக்கிறார். அதனால், இந்த விவகாரத்தில் மூக்கை நுழைக்க வேண்டியதில்லை என்று அரசு முடிவெடுத்தது.

அரசு முடிவெடுத்தால் என்ன, அரண்மனையின் ராஜமாதாவும் மூன்று குமாரர்களின் பாட்டியுமான ராணி சத்தியபாமா, பர்தவான் மகாராஜாவுக்குக் கடிதம் எழுதி அனுப்பினார். அந்தக் கடிதத்தின் சுருக்கம் பின்வருமாறு.

'என்னுடைய பேரன் மேஜோ குமாரின் இறுதிச் சடங்கில் நீங்கள் கலந்து கொண்டதாக நான் கேள்விப்பட்டேன். அவனைச் சுடுகாட்டுக்கு எடுத்து செல்லும் வழியில் பெரும் இடியும் மழையும் பெய்த சூழ்நிலையில், அவனது உடல் காணாமல் போனதாகக் கேள்விப்பட்டேன். அதன் பின்னர் அவனை சந்நியாசிக் கூட்டத்தினர் கூட்டிச் சென்ற தாகவும், மேஜோ குமாரும் அந்தச் சாமியார்களுடன் ஊர் ஊராக சஞ்சாரம் செய்வதாகவும் மக்களிடையே வதந்தி பரவியிருக்கிறது.

என்னையும், மக்கள் இதுபற்றி விசாரித்துக் கொண்டிருக்கிறார்கள். நான் ஆற்றாத துயரத்துடன் இருக்கிறேன். எனக்குக் குழப்பமாக இருக்கிறது. எந்தக் கூற்று உண்மை? உங்களுக்கு உண்மை தெரியும். அதை நீங்கள் எனக்கு தெரியப்படுத்தினால் நான் மிகவும் நிம்மதி அடைவேன்.'

பர்தவான் மகாராஜா, ராணி சத்தியபாமாவுக்குப் பதில் கடிதம் அனுப்பினார். அதில், 'மேஜோ குமாரின் இறுதிச் சடங்கில் கொஞ்சம் பேர்தான் இருந்தனர்; தூரத்தில் இருந்த சிதையைக் காட்டி, அது மேஜோ ராஜாவின் உடையது என்று அங்கிருந்தவர்கள் தெரிவித்ததாகக் குறிப்பிட்டிருந்தார். சிதைக்கு தீ மூட்டப்பட்டது

சாயங்காலமா விடியற்காலையா என்று தனக்கு நினைவில்லை...' என்று தன் கடிதத்தில் தெரிவித்திருந்தார்.

இதற்கிடையில் சத்திய பாபுவின் செயல்களிலும் நடவடிக்கைகளிலும் அரண்மனையில் இருந்தவர்களுக்கு நம்பிக்கையில்லை. சத்திய பாபு, மேஜோ குமாரின் சடங்கில் கூட கலந்து கொள்ளவில்லை, மாறாக அவர் வழக்கறிஞரின் ஆலோசனையைப் பெற கல்கத்தா சென்றிருந்தார்.

மூத்த ராஜகுமாரான் பாரா குமார், இனி பிபாவதி தேவி ராஜ்ஜியத்தின் நிர்வாகத்தில் எந்த விதத்திலும் தலையிடக்கூடாது என்ற வகையில் முடிவெடுத்து, அதற்கான பத்திரத்தைத் தயார் செய்தார். பத்திரத்தின்படி, ஜமீனின் நிர்வாகத்தில் பிபாவதிக்கு எந்த உரிமையும் இல்லை, மாறாக, மாதந்தோறும் பிபாவதி தேவிக்கு 1100 ரூபாய் ஜமீனிலிருந்து பணம் வந்து சேரும் என்று முடிவு செய்யப்பட்டு, அது இரண்டு தரப்பாலும் ஏற்றுக் கொள்ளப்பட்டது. சத்திய பாபுவை ராஜ்ஜிய நிர்வாகத்தில் தலையிடமுடியாமல் செய்யும் முயற்சியாகவே இது கருதப்பட்டது. அரண்மனையில் இருந்த அனைவரும் இந்த முடிவை ஆமோதித்தனர்.

ஆனால் இன்னொரு பக்கம், சத்திய பாபு, தன் தங்கையிடம், தானே அவளுடைய பிரதிநிதி என்ற முறையில் பிபாவதியிடமிருந்து ஒரு பவர் பத்திரத்தைப் பெற்றுக்கொண்டார்.

19 வயதே நிரம்பிய, இளம் வயதில் விதவையான பிபாவதிக்குத் தான் செய்வது சரிதானா என்றெல்லாம் தெரியாமல், தன் அண்ணன் சொல்பேச்சு கேட்டு நடந்தாள். பவர் பத்திரத்தைப் பெற்றவுடன் சத்திய பாபு நேரே கல்கத்தா சென்று மேஜோ குமார் காப்பீடு எடுத்த நிறுவனத்திலிருந்து தங்கைக்குக் கிடைக்க வேண்டிய 30,000 ரூபாயைப் பெற்று, அதை தனது வங்கிக் கணக்கில் போட்டுக்கொண்டார்.

பிபாவதியிடம் வங்கிக் கணக்கில்லை. ஜமீனிலிருந்து அவளுக்கு கிடைக்கவேண்டிய தொகை,

ஆண்டாண்டுக்கு அதிகரித்துக் கொண்டே இருந்தது. 1911ம் ஆண்டு பிபாவதிக்கு வழங்கப்பட்ட 1100 ரூபாய் மாதத் தொகை, 1913ல் 2500 ரூபாயாகவும், 1915ல் 4000 ரூபாயாகவும், 1917ல் 5000 ரூபாயாகவும் பின்னர் 1917ல் 7000 ரூபாயாகவும் உயர்ந்தது. இந்த மாதந்திரத் தொகை போக, ஒரு முறை அவளுக்கு 4,00,000 ரூபாய் கிடைத்தது. ஆனால், பிபாவதியின் பேரில் சொத்தோ முதலீடோ இல்லை.

•

3

ஜடாமுடி சந்நியாசி

1921ம் ஆண்டு, டாக்கா ரயில் நிலையத்தில் ஒரு சந்நியாசி வந்திறங்கினார். நீண்ட ஜடாமுடி அவரது முழங்கால் வரை தொட்டது. அவருக்கு நீண்ட தாடியும் இருந்தது. இடுப்பில் ஒரு துண்டை மட்டும் சுற்றியிருந்தார். அவரது உடம்பெல்லாம் சாம்பல் பூசப்பட்டிருந்தது.

அந்த சந்நியாசிக்கு, டாக்கா ரயில் நிலையம் ஏற்கெனவே பரிச்சயமானது போல் தோன்றியது. ரயில் நிலையத்துக்கு வெளியில் வந்தவர், சற்றுத் தொலைவில் ஓர் ஆற்றங்கரையின் ஓரத்தில் இருந்த அரச மரத்தின் அடியில் போய் பத்மாசனத்தில் அமர்ந்துகொண்டார். அவருக்கு முன்னால் ஒரு விளக்கில் நெருப்பு எப்பொழுதும் எரிந்து கொண்டிருந்தது. அருகில் ஒரு கமண்டலம் இருந்தது. இவற்றைத்தவிர அந்த இளம் சந்நியாசியின் சொத்து என்று பார்த்தால் ஒரு கம்பளமும் குறடும்தான். எதிரே சற்று தூரத்தில்தான் ஓய்வு பெற்ற சார்பு நீதிபதியான தெபரதா முகர்ஜியின் வீடு இருந்தது.

தெபரதா முகர்ஜி, அந்த இளம் சந்நியாசியை நான்கு மாதங்களாகக் கவனித்துக்கொண்டிருக்கிறார். மழை, வெயில், இரவு, பகம் பேதமின்றி அந்த சந்நியாசி ஒரே இடத்தில்தான் அமர்ந்திருந்தார். ஒருநாள் இரவு 2:30 மணியிருக்கும். பெரும் மழை பெய்து கொண்டிருந்தது. அந்தச் சமயத்திலும், இளம் சந்நியாசி அந்த இடத்தில் இருப்பாரா என்று தெபரதா முகர்ஜிக்கு சந்தேகம் எழுந்தது. உடனே அவர், கொட்டும் மழையையும் பொருட்படுத்தாமல் அரச மரத்தடிக்குச் சென்றார். என்ன ஆச்சரியம், தன்னைச் சுற்றி என்ன நடக்கிறது என்று சற்றும் கவலைப்படாமல், மிகவும் அமைதியாக சந்நியாசி அமர்ந்திருந்தார்.

மேலும், நான்கு மாதங்களுக்கு அவர் அங்கேதான் தங்கியிருந்தார். அவரைப் பார்க்க மக்கள் வந்தனர். ஹிந்தியில் பேசினார். மக்கள் அவரிடம் தங்களுக்கிருக்கும் வியாதி குணமாக வேண்டும் என்று மருந்து கேட்டால், அவர் சிறிது விபூதியை எடுத்துக் கொடுப்பார். இளம் சந்நியாசியைப் பற்றிய செய்தி ஊர் முழுவதும் பரவியது. காசிம்பூர் ஜமீன்தாரான பிரசாத் ராய் சௌத்ரி, இளம் சந்நியாசியைப் பார்க்க வந்தார். காசிம்பூர், பாவல் ராஜ்ஜியத்தின் தலைமையிடமான ஜெய்தேபூருக்கு அருகிலிருந்தது. காசிம்பூர் ஜமீன்தார், சந்நியாசியைத் தன்னுடைய ஜமீனுக்கு கூட்டிச்சென்றார். காசிம்பூரில் 6 நாள்கள் தங்கிய பிறகு, சந்நியாசி அங்கிருந்து 6 கிலோமீட்டர் தொலைவில் உள்ள ஜெய்தேபூருக்கு ஒரு யானை மீது அனுப்பி வைக்கப்பட்டார்.

1921 ஏப்ரல் 12, காலை ஆறு மணியளவில் சந்நியாசி ஜெய்தேபூருக்கு வந்து சேர்ந்தார். அங்கு வந்து ஒரு மரத்தினடியில் தங்கிக்கொண்டார். தங்கள் ஜமீனுக்கு ஓர் இளம் சந்நியாசி வந்திருப்பது காட்டுத்தீ போல் பரவியது. மக்கள் அவரைக் காண வந்தனர். மேஜோ குமாரின் மாமாவும், அவருடைய மகனான புத்துவும் இளம் சந்நியாசியைச் சந்தித்தனர். புத்து, இளம் சந்நியாசியைத் தங்கள் வீட்டுக்கு அழைத்துச்சென்று, தன்னுடைய தாயாரான ஜோதிர்மாயி தேவியிடம் அறிமுகம் செய்து

வைக்கவேண்டும் என்று விரும்பினான். ஜோதிர்மாயி வேறு யாரும் இல்லை, மேஜோ குமாரின் இரண்டாம் அக்கா.

இளம் சந்நியாசி, ஜோதிர்மாயி வீட்டுக்கு அழைத்துச் செல்லப்பட்டார். அங்கு, வீட்டில் ஜோதிர்மாயியின் கணவனும், அவளது இரண்டு பெண்களும், மேஜோ குமாரின் பாட்டியுமான சத்தியபாமா தேவியும் மற்றும் சில உறவினர்களும் இருந்தனர். இளம் சந்நியாசி தலையைக் குனிந்திருந்தார். அங்குச் சுற்றியிருந்த வர்களை, ஒரு பக்கமாக கீழிருந்துப் பார்வையிட்டார். மேஜோ குமாரும் இப்படித்தான் பார்ப்பது வழக்கம். ஆச்சரியமாக, சந்நியாசியின் உருவம், கண், காது, உதடு, விரல்கள், கை, பாதம், முக வடிவம் அனைத்தும் மேஜோ குமாருடையது போல் இருந்தது. ஜோதிர்மாயி உட்பட அங்கிருந்தவர்கள் அனைவரும் இந்த உருவ ஒற்றுமையைப் பற்றித்தான் பேசினர்.

ஜோதிர்மாயி சந்நியாசியைப் பார்த்து, தாங்கள் இன்னும் எவ்வளவு நாள்கள் தங்கத் தீர்மானித்திருக்கிறீர்கள் என்று ஹிந்தியில் கேட்டாள். அதற்கு சந்நியாசி, தான் மறுநாள் காலை பிரம்மபுத்திரா நதிக்குச் சென்று தீர்த்தம் ஆடப்போவதாக ஹிந்தியில் தெரிவித்தார். சந்நியாசிக்குப் பழங்களும் தயிரும் வழங்கப்பட்டன. சந்நியாசி தயிரை மட்டும் சாப்பிட்டுவிட்டு அங்கிருந்து கிளம்பினார். அவர் நடந்து போவதைப் பார்த்ததும், ஜோதிர்மாயிக்கு அதிர்ச்சி கலந்த ஆச்சரியம். சந்நியாசி மேஜோ குமாரைப் போலவே நடந்து சென்றார்.

மறுநாள் காலை சந்நியாசி, ஜோதிர்மாயி இல்லத்துக்குச் சென்றார். முந்தைய தினம் இருந்தவர்கள் அனைவரும் அங்கு குழுமியிருந்தனர். அப்போது மேஜோ குமாரின் மூத்த சகோதரி இந்துமாயியின் மகள் தபு, மேஜோ குமாரின் பழைய புகைப்படத்தை சந்நியாசியிடம் காட்டினாள். அந்தப் புகைப்படத்தைப் பார்த்தவுடன் சந்நியாசி அழத் தொடங்கிவிட்டார். பின்னர் தபு, சோட்டா குமாரின் புகைப்படத்தை காண்பித்தவுடன் இளம் சந்நியாசி தேம்பித் தேம்பி அழ ஆரம்பித்தார்.

ஜோதிர்மாயி சந்நியாசியைப் பார்த்து, 'நீங்கள் சந்நியாசி ஆயிற்றே, அழலாமா' என்று கேட்டாள்.

அதற்கு சந்நியாசி, 'மாயை என்னை அழச்செய்கிறது' என்று தெரிவித்தார்.

'நீங்கள் உலகத்தைத் துறந்தவராயிற்றே, உங்களுக்கா மாயை' என்று ஜோதிர்மாயி கேட்டாள்.

அதற்கு சந்நியாசி பதில் ஒன்றும் சொல்லவில்லை.

'என்னுடைய இரண்டாம் தம்பி டார்ஜிலிங்கில் இறந்துவிட்டார். அவரைச் சுடுகாட்டுக்கு எடுத்துச் செல்லும் வழியில் இடி மின்னலுடன் மழை பெய்தது. மழையிலிருந்து தங்களைப் பாதுகாத்துக் கொள்ள தம்பியின் உடலை தூக்கிச்சென்றவர்கள், அவரது உடலை ஓரிடத்தில் இறக்கி வைத்துவிட்டு பாதுகாப்பான இடத்துக்குச் சென்றனர். பின்னர், சிலர் தம்பியின் உடல் எரியூட்டப்பட்டது என்று தெரிவித்தனர். ஆனால் வேறு சிலர், அவரது உடலைக் காணவில்லை, என்னுடையத் தம்பியின் உடல் எரியூட்டப்படவில்லை என்று தெரிவித்தனர்' என்று ஜோதிர்மாயி தகவலை சொல்லி முடிக்கும் முன்னரே சந்நியாசி குறுக்கிட்டார்.

'அது உண்மையில்லை, அவன் உடல் எரியூட்டப்பட வில்லை. அவன் உயிரோடுதான் இருக்கிறான்.'

எல்லோரும் அதிர்ச்சியானார்கள்.

ஜோதிர்மாயி சந்நியாசியைப் பார்த்து, 'உங்களுடைய அங்க அடையாளங்கள் என்னுடைய தம்பி மேஜோ குமாரை ஒத்து இருக்கிறது, நீங்கள்தான் அவரா?' என்று வங்காளத்தில் கேட்டாள்.

'இல்லை. இல்லை...' என்று சந்நியாசி மறுத்தார்.

சந்நியாசிக்கு உணவு கொடுக்கப்பட்டது. எல்லோரும் அவரையே பார்த்துக் கொண்டிருந்தனர். சந்நியாசி சாப்பிடும்போது, அவருடைய ஆள்காட்டி விரல், மற்ற விரல்களுடன் சேராமல் தனியே நீட்டிக் கொண்டிருந்தது. மேஜோ குமார் சாப்பிடும்போதும் அப்படித்தான் சாப்பிடுவார். சந்நியாசின் குரல்வளை முடிச்சு, அவரின்

சிகப்பும் பழுப்பும் கலந்த முடி, பழுப்பு நிறக் கண்கள், முகத்தில் உள்ள வடு, காது, மூக்கு, வாய், பல், உள்ளங்கை, கையின் பின்புறம், கை, கால் விரல்கள், நகம் என அனைத்தும் மேஜோ குமாரினுடையது போலவே இருந்தன. ஜோதிர்மாயியின் கணிப்பு பொய்ப்பதற்கு வாய்ப்பே இல்லை, ஏனென்றால் அவள்தான் மேஜோ குமாரை குழந்தையிலிருந்து பார்த்து வந்தவளாயிற்றே. சந்நியாசியின் வார்த்தைகள் தெளிவில்லாமல் இருந்தாலும், அவருடைய குரல் மேஜோ குமாருடையதைப் போலவே இருந்தது.

சந்நியாசி, தான் அஷ்டமி ஸ்தானத்துக்காக வேண்டி டாக்காவுக்குச் செல்லவேண்டும் என்று தெரிவித்தார். அவர் கிளம்பும் போது ஜோதிர்மாயி, டாக்காவில் எவ்வளவு நாள் இருப்பீர்கள் என்று கேட்டதற்கு, பத்து நாள்கள் என்று பதில் சொன்னார். சந்நியாசி ஜெய்தேபூரிலிருந்து, சந்திரநாத் மற்று சித்தகாங் அருகாமையில் உள்ள தலங்களுக்குத் தீர்த்த யாத்திரை சென்றார். தீர்த்த யாத்திரையை முடித்த பிறகு, அவர் டாக்காவில் தன்னுடைய பழைய இடமான அரச மரத்தினடியில் போய் அமர்ந்து கொண்டார்.

ஜோதிர்மாயி தன்னுடைய மகனான புத்துவையும், அதூல் பாபுவையும் அனுப்பி, சந்நியாசியை டாக்காவிலிருந்து ஜெய்தேபூருக்கு அழைத்து வருமாறு கேட்டுக் கொண்டாள். அவர்களும் அப்படியே செய்தனர். இம்முறை சந்நியாசி ரயில் மூலம் ஜெய்தேபூர் வந்திறங்கினார். அவர் ஜெய்தேபூர் வந்த செய்தி, பாவல் ராஜ்ஜியத்தில் பெரும் கிளர்ச்சியை ஏற்படுத்தியது. மேஜோ ராஜா என்று கருதப்பட்ட சந்நியாசியைப் பார்க்கக் கூட்டம் கூடிவிட்டது.

•

4

ராஜ்குமார் சாகவில்லை?

ஒருநாள் சந்நியாசி விடியற்காலையில் குளிப்பதற்காக ஆற்றங்கரை சென்றார். அப்போது ஜோதிர்மாயி சந்நியாசியைப் பார்த்து, நீங்கள் உடம்பெல்லாம் சாம்பலைப் பூசி வரக்கூடாது என்று கேட்டுக் கொண்டாள். சந்நியாசி குளித்துவிட்டு, சாம்பல் பூசிக் கொள்ளாமல் வீடு திரும்பினார். வீட்டில் இருந்தவர்கள் அனைவரும் அவரை ஏற இறங்கப் பார்த்தனர். மேஜோ குமாரின் தோல் நிறத்தைவிட சிறிது வெண்மை யாகவும் பளிச்சென்றும் இருந்தது சந்நியாசியின் தோல் நிறம். சந்நியாசி பிரம்மச்சரியத்தைக் கடை பிடிப்பதால் முகத்தில் தேஜஸ் தெரிந்தது. ஜோதிர்மாயி சந்நியாசியின் காலைப் பார்த்தாள். ஆம், அவள் எதிர்பார்த்த வடு இருந்தது. தன் தம்பி சிறு வயதில் விளையாடிக்கொண்டிருக்கும்போது, அவனது காலில் ஒரு குதிரை ரதம் ஏறி காயம் பட்டு, அதனால் ஏற்பட்ட வடு அது.

ஜோதிர்மாயியும் மற்றவர்களும் பரபரப்படைந்தனர். 'நீங்கள் மேஜோ குமார் போல தென்படுகிறீர்கள். நீங்கள் அவராகத்தான் இருக்கக்கூடும். தயவுசெய்து நீங்கள் யார் என்று கூறிவிடுங்கள்!'

'இல்லை. நான் அவர் இல்லை. என்னை ஏன் தொந்தரவு செய்கிறீர்கள்? நான் இங்கிருந்து போய்விடுகிறேன். என்னை விட்டுவிடுங்கள்' என்று சாது பதிலளித்தார்.

'நீங்கள் உண்மையைக் கூறியாகவேண்டும். உண்மையைச் சொல்ல மறுத்தால் நான் சாப்பிட மாட்டேன், பட்டினி கிடப்பேன்' என்றாள் ஜோதிர்மாயி.

கூடியிருந்த ஊர் மக்கள் அனைவரும் சந்நியாசியைச் சுற்றிக்கொண்டனர். உண்மையைச் சொல்லுங்கள் என்று கூச்சலிட்டனர்.

நேரமாக நேரமாகக் கூட்டம் அதிகமாகிக் கொண்டே போனது. கூட்டத்தில் இருந்த ஒருவன், 'உங்கள் பெயர் என்ன?' என்று கேட்டான்.

'ராமேந்திர நாரயண ராய் சௌத்ரி' என்று பதிலளித்தார் சந்நியாசி.

'தந்தை பெயர்?'

'ராஜா ராஜேந்திர ராய் சௌத்ரி'

'தாயின் பெயர்?'

'ராணி பிலாஸ்மணி தேவி'

அங்கிருந்த மற்றொருவன், 'ராஜா, ராணி பெயர் எல்லாருக்கும் தெரியும். உன்னை யார் வளர்த்தார் என்று சொல்?' என்றான்.

'அலோகா' என்று பதிலளித்தார் சந்நியாசி. கூட்டத்தில் இருந்தவர்களுக்கு ஒரே சந்தோஷம். 'இரண்டாம் குமார் சாகவில்லை' என்று கோஷம் போட்டார்கள். சந்நியாசி மயங்கி விட்டார். அவரை வீட்டுக்குத் தூக்கிச் சென்று ஆசுவாசப்படுத்தினார்கள். கண் விழித்த சந்நியாசி, அனைவரும் ஆச்சரியம் அடையும் வகையில்

வங்காளத்தில் பேசினார். ஆனால், அது ஹிந்தி பேசும் தொனியிலிருந்தது. வாயில் ஏதோ கூழாங்கல்லை வைத்துக்கொண்டு பேசுவது போல் இருந்தது.

சந்நியாசியுடனான மக்களின் விசாரணை அடுத்த நாளும் தொடர்ந்தது. அங்கு கூடியிருந்தவர்களிடம் ஆஷுகுப்தா என்பவர், 'நான் கேட்கும் கேள்விக்கெல்லாம் இந்தச் சாது சரியாக பதில் சொல்லிவிட்டாரென்றால், நான் இவரை இரண்டாம் குமாராக ஒப்புக்கொள்கிறேன்' என்றார்.

'டார்ஜிலிங்கில், நாம் தங்கிய பங்களாவின் மேற்தளத்தின் கூரையில் ஒரு பறவை இருந்தது. அந்தப் பறவையை சுட்டது யார்? அதற்காக நீ ஏன் கோபித்துக் கொண்டாய்?'

சந்நியாசி இந்த கேள்விக்கான பதிலை சொல்வதற்கு முன்னால், கூட்டத்தில் இருந்த ஒருவன் 'இந்த கேள்விக்கான பதிலை, ஆஷுகுப்தா முதலில் கவுரங் பாபுவிடம் தனியாக சொல்லவேண்டும்' என்று கேட்டுக்கொண்டான். கவுரங் பாபு, ஜெய்தேபூரின் சார் பதிவாளர். அவருக்கு அந்த ஊரில் நல்ல மதிப்பு இருந்தது. பாவல் அரண்மனையைச் சேர்ந்தவர்களுக்கும் நன்கு தெரிந்தவர். ஆஷுகுப்தா, கவுரங் பாபுவின் காதில் ரகசியமாகத் தன்னுடைய கேள்விக்கான பதிலைத் தெரிவித்தார்.

அங்குக் குழுமியிருந்த நூற்றுக்கணக்கான மக்கள், சந்நியாசி என்ன பதில் சொல்லப்போகிறார் என்று மிகவும் ஆர்வத்துடன் எதிர்பார்த்துக் காத்துக் கொண்டிருந்தனர். சந்நியாசி அமைதியாக, அதேநேரம், தீர்க்கமாகப் பதிலைச் சொன்னார்:

'அந்தப் பறவையைச் சுட்டது ஹரி சிங்.'

ஆஷுகுப்தா வானத்துக்கும் பூமிக்கும் குதித்தான். சந்நியாசி சொன்ன பதில் தவறு என்றான். அந்தப் பறவையை சுட்டது பிரேந்திர பானர்ஜி என்றான். குழுமி இருந்தவர்கள், கவுரங் பாபுவைப் பார்த்தார்கள். அவரும் தன்னிடம் சொல்லப்பட்ட பதில், பிரேந்திர பானர்ஜிதான் என்று தெரிவித்தார்.

அங்குக் கூடியிருந்தவர்களிடம் ஒரே கூச்சலும், குழப்பமும் நிலவியது. கவுரங் பாபு, ‘பிரேந்திர பானர்ஜியை யாராவது அழைத்துக் கொண்டு இங்கு வந்தால் உண்மை தெரிந்துவிடும்’ என்று சொன்னார்.

ஒருவன் வேகமாகச் சென்று, பிரேந்திர பானர்ஜியைக் கூட்டி வந்தான். பிரேந்திர பானர்ஜி வந்ததுதான் தாமதம். கவுரங் பாபு, ‘டார்ஜிலிங்கில் பங்களாவில் நீ ஏதாவது பறவையைச் சுட்டாயா?’ என்று கேட்டார்.

எல்லோரும் பிரேந்திர பானர்ஜி என்ன பதில் சொல்லப் போகிறான் என்று ஆவல் மிகுதியுடன் காத்திருந்தனர்.

வந்தது பதில். ‘இல்லை. நான் சுடவில்லை. ஹரி சிங்தான் சுட்டான். எனக்குத் துப்பாக்கியால் எப்படிச் சுடுவது என்று தெரியாது’ என்றான் பானர்ஜி.

அங்கிருந்த கூட்டத்தினர் ஹோவென்று கத்தினர். அவர்கள் அனைவருக்கும் சந்தோஷம்.

தினந்தோறும் சந்நியாசியைப் பார்க்க நூற்றுக்கணக்கில் வந்தவர்கள், இப்போது ஆயிரக்கணக்கில் வந்தனர். ஜெய்தேபூருக்குச் சிறப்பு ரயில்களெல்லாம் இயக்கப் பட்டன. ஜோதிர்மாயி வீட்டிலிருந்து ராஜ்பாரி அரண்மனை வரை எங்கு பார்த்தாலும் மக்கள் கூட்டம்தான். இறந்ததாகக் கருதப்பட்ட தங்களுடைய அரசர் 12 ஆண்டு காலம் கழித்து மீண்டும் திரும்பி வந்ததில் மக்களுக்குச் சந்தோஷம்தான். அதுவும் சந்நியாசியாக வந்திருப்பதால், அந்த ஆச்சர்யத்தைக் காண்பதற்காகவே நிறைய கூட்டம் திரண்டது. நிறைய பேர் சந்நியாசியிடம் ஆசிபெற்றனர்.

கல்கத்தாவிலிருந்து வெளிவந்த பிரபல ஆங்கில பத்திரிகையான ‘தி ஸ்டேட்ஸ்மென்’, இந்த நிகழ்வுகளைப் பற்றி ‘டாக்கா(வில்) பரபரப்பு - Dacca Sensation’ என்று தலைப்புச் செய்தி வெளியிட்டது.

ஜெய்தேபூர் காவல் நிலையத்தில், அந்த ஊரில் நடக்கும் அன்றைய தின நிகழ்வுகள்/ செய்திகள் போன்றவை பதிவேட்டில் பதியப்படுவது வழக்கம். சந்நியாசி மறுபடியும் ஜெய்தேபூர் வந்த நேரத்தில், காவல் துறைப்

பதிவேட்டில் பின்வரும் செய்திகள் பதியப்பட்டு இருந்தன.

தேதி 04.05.1921 காலை 9 மணி

நீண்ட ஜடாமுடி வைத்திருந்த ஓர் அழகான சந்நியாசி புத்து பாபு வீட்டில் சில நாட்களாக தங்கி இருக்கிறார். அவர் ஊரும் பேரும் தெரியவில்லை. அந்த சந்நியாசியைப் பார்க்க நிறைய பேர் வந்து போகிறார்கள். அவருடைய உருவ அமைப்புகள் மேஜோ குமாரை ஒத்திருப்பதாகப் பலர் கருதுகிறார்கள். மேஜோ குமார் இறக்கவில்லை என்றும் சந்நியாசிகளுடன் சந்நியாசியாக தேச சஞ்சாரம் செய்து கொண்டிருந்ததாகவும், அப்படி ஊர் சுற்றி கொண்டிருக்கும் தருவாயில் இங்கு வர நேர்ந்தது என்றும் மக்கள் பேசிக் கொண்டிருக்கிறார்கள்.

தேதி 05.05.1921 மாலை 3 மணி

வானம் தெளிவாக இருக்கிறது. மழை வருவதற்கான அறிகுறிகள் எதுவும் தென்படவில்லை. ஊரில் தொற்றுநோய் அபாயம் எதுவும் இல்லை. ஒரு சந்நியாசி ஜெய்தேபூருக்கு வந்திருக்கிறார். அவரை மக்கள் அனைவரும் மேஜோ குமார் என்று கருதுகிறார்கள். சந்நியாசியும், தான்தான் மேஜோ குமார் என்று அறிவித்திருக்கிறார்.

●

5

வாரிசு இல்லாத ராஜ்ஜியம்

இதற்கிடையில், மேஜோ குமார் டார்ஜிலிங்கில் இறந்துபோய், டாக்காவில் சந்நியாசியாகத் தோன்றும் வரை ராஜ்பாரியில் பல துரதிர்ஷ்ட சம்பவங்கள் நடந்துவிட்டன. 1909ம் ஆண்டு மேஜோ குமார் இறந்து விட்டார். அடுத்து, 1910ம் ஆண்டு பாரா குமார் இறந்துவிட்டார். 1913ம் ஆண்டு சோட்டா குமாரும் இறந்துவிட்டார். ராஜ்குமாரர்கள் மூவருக்கும் திருமணம் ஆகியிருந்தாலும் யாருக்கும் வாரிசு கிடையாது. தந்தை, தாய், மகன்கள் என்று ஒவ்வொருவரும் அடுத்தடுத்துச் சில ஆண்டுகளில் இறந்ததால், இது ராஜ்பாரியின் சாபக்கேடு என்று நினைத்து ராஜ்பாரியில் தங்குவதைப் பலரும் தவிர்த்து வந்தனர். சில வேலையாட்கள் மட்டுமே பராமரித்து வந்தனர்.

மூன்று ராஜகுமாரர்களும் வாரிசு இல்லாமல் இறந்ததன் காரணமாக, அரசாங்கம் பாவல் ஜமீனை சமரஷ்னை செய்துவிட்டது. அதாவது வாரிசு இல்லாத ராஜ்ஜியத்தை

அரசாங்கம் எடுத்துக்கொண்டு Court of Wards மூலமாக நிர்வகித்து வந்தது. அப்போது ஜமீனின் மேலாளராக செயல்பட்டவர், நீதாம் என்ற ஆங்கிலேயர். அவர் டாக்கா கலெக்டரான லின்ஸ்டேவுக்கு ஒரு கடிதம் எழுதினார்.

விசித்திரமான சம்பவம் ஒன்று ஜமீனில் நடந்து கொண்டிருக்கிறது. சுமார் ஐந்து மாதங்களுக்கு முன்னர் நல்ல சிவப்பு நிறம் கொண்ட ஒரு சந்நியாசி டாக்காவுக்கு வந்திருக்கிறார். அவர் ஹரித்வாரில் இருந்து வந்ததாகத் தெரிகிறது. அவரை காசிம்பூர் ஜமீன்தார் தன் வீட்டுக்கு அழைத்துச் சென்று இருக்கிறார். சில நாள்களுக்குப் பிறகு, சந்நியாசி ஜெய்தேபூருக்கு அனுப்பி வைக்கப்பட்டிருக்கிறார். பின்னர், ஜோதிர்மாயி வீட்டுக்கு அழைக்கப்பட்டிருக் கிறார். அங்கு அந்த சந்நியாசியைப் பார்த்த மாத்திரத்தில் ஜமீனின் மக்களெல்லாம், அவர்தான் இரண்டாம் குமாரான மேஜோ குமார் என்று கூறுகிறார்கள். ஜமீனுக்கு உட்பட்ட அனைத்து கிராம மக்களும் அவரைக் காண வருகிறார்கள். அவரை இரண்டாம் குமார் என்றும் சுட்டிக் காட்டுகிறார்கள். அந்த சந்நியாசி, ஜமீனில் இருப்பது, பெரும் கிளர்ச்சியை உண்டுபண்ணுகிறது.

நேற்று இரவு, கிராமவாசிகள் அந்த சந்நியாசியைக் கட்டாயப்படுத்திக் கேட்டதில், தான் ராமேந்திர நாராயண ராய் என்றும், தன்னைச் சிறு வயதில் பார்த்துக்கொண்டிருந்த தாதியின் பெயர், அலோகா டாஹி என்றும் தெரிவித்திருக்கிறார். அதன் பிறகு அந்த சந்நியாசி மயக்கம் அடைந்துவிட்டார். கூடியிருந்த மக்கள் அனைவரும் 'ஹுல்லா தனி', 'ஜெய் தனி' என்று கோஷம் போட ஆரம்பித்து விட்டார்கள்.

அங்கு இருந்த மக்கள் அனைவரும் அவரை இரண்டாம் குமார் என்று ஏற்றுக்கொண்டனர். ஜமீன் அவரை அங்கீகரிக்கவில்லை என்றாலும், தாங்கள் அவர் பக்கமிருப்பதாகத் தெரிவித்தனர். மேஜோ குமாரின் உறவினர்கள் அந்த சந்நியாசியிடம், அவரைப் பற்றிய பழைய விவரங்கள் அனைத்தும் கூறுமாறு கேட்டுக் கொண்டனர்.

இந்த நிலையில் அரசாங்கம் ஒரு விசாரணை நடத்தவேண்டும். நாளுக்கு நாள் சாதுவைப் பார்க்க கூட்டம் கட்டுக்கடங்காமல் ஜெய்தேபூருக்குத் திரண்டு வருகிறது. இந்தச் சூழ்நிலையில், தங்களைத் தக்க நடவடிக்கை எடுக்குமாறு ஆவண செய்கிறேன்.

இப்படிக்கு,

நீதாம்.

•

ஜமீனின் மேலாளர் நீதாம் எழுதிய கடித்தின் ஒரு பிரதி, இறந்த மேஜோ குமாரின் மனைவியான பிபாவதி தேவிக்கு அனுப்பப்பட்டது. சத்திய பாபு உஷாரானார். அவர் சந்நியாசியைச் சந்திக்கவில்லை. மாறாக, Secretary, Board of Revenue - லேத்பிரிஜ் என்பவரைச் சந்தித்து மேஜோ குமார் இறப்பு குறித்த அரசு ஆவணங்களின் நகலைப் பெற்றார். அதை டாக்கா கலெக்டருக்கு அனுப்பிவைத்தார். சத்திய பாபு இவ்விஷயம் குறித்து, வைஸ்ராய் கவுன்சில் உறுப்பினரான லீ என்பவரைச் சந்தித்தும் பேசினார். பின்னர் டார்ஜிலிங் சென்று, மேஜோ குமார் இறந்து விட்டார் என்பதை நிரூபிப்பதற்குத் தேவையான ஆதாரங்களைத் திரட்டினார். சத்திய பாபு ஆங்கிலேய அரசாங்கத்தில் உள்ள முக்கியமான அதிகாரிகளை எல்லாம் சந்தித்து, தனக்கு ஆதரவு திரட்டினார். சந்நியாசி ஒரு போலி என்று தான் செல்லும் இடங்களிலெல்லாம் பிரசாரம் செய்தார். ஜமீனை நிர்வகித்து வந்த ஆங்கிலேயே மேலாளரான நீதாம், சந்நியாசியை ஜமீனின் ராஜாவாக அங்கீகரிக்கவில்லை.

இதற்கிடையில், கிட்டத்தட்ட ஒரு லட்சம் ஜமீன் மக்கள் ஒன்று திரண்டு, பாவல் தாலுக்தார் பிரஜா ஸமித்தி என்ற சங்கத்தைத் தோற்றுவித்தனர். அந்தச் சங்கத்தின் நோக்கம், சந்நியாசிதான் இரண்டாம் குமார் என்று நிரூபிப்பதாகும். பின்னர், பாவல் ராஜ்ஜியத்தை Court of Wards-இடமிருந்து மீட்டு, மேஜோ குமாரிடம் ஒப்படைக்கவேண்டும். அதற்குத் தேவையான பணம் திரட்டப்பட்டது. அந்தச் சங்கத்தின் தலைவராக

வசதிமிக்க பாபு திகேந்திர நாராயண் கோஷ் என்பவர் நியமனம் செய்யப்பட்டார்.

கலெக்டரிடம் மனுத் தாக்கல் செய்யப்பட்டது. சந்நியாசியின் கூற்று சரிதானா என்று அரசாங்கம் விசாரித்து முடிவெடுக்கவேண்டும் என்று மேஜோ குமாரின் இரு சகோதரிகளின் பேரில் மனுத் தாக்கல் செய்யப்பட்டது. சந்நியாசியான ராஜ்குமாரைப் புகழ்ந்து நிறைய பாடல்களும் கவிதைகளும் புனையப்பட்டன. கிராமங்களில் சந்நியாசிக்கு ஆதரவு தேடி இந்தப் பாடல்கள் பாடப்பட்டன. ஆங்காங்கே சந்நியாசிக்கு ஆதரவாக கிராமங்களில் சொற்பொழிவுகள் நிகழ்த்தப் பட்டன. அரசாங்கத்துக்குச் செலுத்த வேண்டிய வரிகளைச் செலுத்த கிராம மக்கள் மறுத்தனர்.

அரசாங்கத்தின் அரண்மனை மேலாளர், அரண் மனையில் யாரேனும் சந்நியாசிக்கு ஆதரவாக நடந்து கொண்டால் அவர்கள் மீது கடுமையான நடவடிக்கை எடுக்கப்படும் என்று எச்சரித்தார். மிர்சாபூர் என்ற இடத்தில் கலவரம் வெடித்தது. அந்த கலவரத்தின் போது, ஒருவர் காவல் துறையினரின் துப்பாக்கிச் சூட்டில் இறந்துபோனார். இதுபோன்ற சம்பவங்கள் பல ஊர்களிலும் நடைபெற்றன.

1921 மே 21 அன்று, டாக்கா கலெக்டர் லின்ஸ்டே, சந்நியாசியிடம் விசாரணை நடத்தினார். விசாரணையின் முடிவை கலெக்டர், ஜூன் 7 அன்று வெளியிட்டார்.

'இரண்டாம் குமார் டார்ஜிலிங்கில் 12 ஆண்டுகளுக்கு முன்னர் இறந்துவிட்டார். அவர் உடம்பு எரிக்கப் பட்டுவிட்டது. இப்போது, இரண்டாம் குமார் என்று சொல்லிக் கொள்ளும் சந்நியாசி உண்மையானவர் இல்லை; அவர் ஒரு போலி. 0அவர் உண்மையான குமார் என்று நினைத்து அவரிடம் வரி செலுத்துபவர் களுக்கு அரசாங்கம் பொறுப்பேற்கமுடியாது.'

இப்படிக்கு,
ஜெ.ஹ.லின்ஸ்டே, டாக்கா கலெக்டர்.

●

1924ம் ஆண்டு வரை, சந்நியாசி டாக்காவில் தன்னுடைய சகோதரிகளின் வீட்டுக்கு அருகில் தங்கினார். பின்னர் அவர் கல்கத்தா சென்றுவிட்டார். அங்கு அவர் நிறைய பேரைச் சந்தித்தார். வைஸ்ராய் வழங்கிய விருந்து உபசாரங்களில் கலந்துகொண்டார். மேஜோ குமார் ஓட்டுவது போன்று கல்கத்தா வீதிகளில் டாம் டாம் காரில் சுற்றி வந்தார். நில உரிமையாளர்கள் சங்கத்தில் உறுப்பினரானார். கிழக்கு வங்காள ஃப்லோடிலா நிறுவனத்தின் (East Bengal Flotilla Service Ltd.) இயக்குநராக நியமனம் செய்யப்பட்டார். இந்நிறுவனம் சிறு போர்க் கப்பல்களைத் தயார் செய்து விற்று வந்தது. இந்நிறுவனத்தின் உரிமையாளர், அப்போது கல்கத்தாவிலேயே பிரபலமான கோடீஸ்வரரான ஹலோதர் ராய்.

•

6

விளம்புவகை வழக்கு

சந்நியாசி டாக்கா வந்து சரியாக 9 ஆண்டு காலம் கழித்து, அதாவது மேஜோ குமார் இறந்ததாகச் சொல்லப்பட்ட பிறகு 21 ஆண்டுகள் கழித்து, டாக்கா மாவட்ட அமர்வு நீதிமன்றத்தில், சந்நியாசியின் சார்பாக வழக்கு தொடரப்பட்டது. வாதி - குமார் ராமேந்திர நாராயண் ராய் என்ற பெயரில் சந்நியாசி. பிரதிவாதி - பிபாவதி தேவி, ராஜ்குமார் ராமேந்திர நாராயண் ராயின் மனைவி. சந்நியாசியால் வழக்கில் கோரப்பட்ட பரிகாரம், 'தன்னை ராமேந்திர நாராயண் ராயாக அறிவிக்கவேண்டும். அதாவது, நீதிமன்றம், தன்னை பாவல் ஜமீனின் இரண்டாம் குமாராக அங்கீகரிக்கவேண்டும்'.

இப்படி ஒரு பரிகாரம் கேட்டால், இறந்ததாகக் கருதப்படும் இரண்டாம் குமார் என்பவர் வேறு யாருமல்ல; தான் தான் என்பதை சந்நியாசி நிரூபிக்க வேண்டும். கூடவே இரண்டாம் குமார் இறக்கவில்லை

என்பதையும். முடியுமா? அரசாங்கமும் ஆவணங்களும் அவருக்கு எதிராகவே இருந்தன. சந்நியாசி ஒரு போலி என்பதை நிரூபிப்பதாக சத்தியபாபு உறுதி எடுத்திருந்தார். ஜமீன் மக்கள் அனைவரும் சந்நியாசியின் பக்கம். அரசாங்கம், சத்திய பாபுவின் பக்கம். மக்களுக்கும் அரசாங்கத்துக்கும் இடையில் நடந்த போர் இது. டாக்கா நீதிமன்றம்தான் போர்க்களம்.

•

இந்தச் சம்பவமும் அதன் தொடர்ச்சியாகத் தொடரப்பட்ட வழக்கும் நாடு முழுவதும் பெரும் சர்ச்சையைக் கிளப்பியது. பொதுமக்களும் ஆங்கிலேய அரசாங்கமும் சுதந்தரப் போராட்டத்தை எப்படித் தங்களுடைய சார்பு நிலையில் பார்த்தார்களோ, அதே சார்பு நிலையில்தான் இந்த வழக்கும் பார்க்கப்பட்டது. ஆனால், வழக்கை விசாரிக்கும் நீதிபதிக்கு எந்தச் சார்பு நிலையும் இருக்கக்கூடாது. அவர் நடுநிலையாகத்தான் வழக்கை விசாரிக்க வேண்டும். அவர் நியாயமான முறையிலும், சாட்சிகளின் அடிப்படையிலும், ஆவணங்களின் பரிசீலனையின்படியும்தான் தீர்ப்பு வழங்கவேண்டும். இரண்டு தரப்பிலும் சாட்சிகள் இருந்தபோதும், ஒருவரது அடையாளத்தைத் தீர்மானிப்பது அவ்வளவு எளிதல்ல. ஆனால், தீர்மானித்தாகவேண்டிய கட்டாயத்தில் இருந்தார் நீதிபதி பன்னாலால் பாசு.

கணவனுக்கும் மனைவிக்கும் இடையிலான, மன்னிக்கவும்... கணவன் என்று ஏற்றுக்கொள்ளப் படாதவருக்கும் அவரது மனைவிக்கும் இடையிலான வழக்கு விசாரணை தொடங்கியது. இரண்டு தரப்பிலும் பிரபல வழக்கறிஞர்கள் ஆஜரானார்கள். வழக்கு விசாரணை நடந்த நீதிமன்றத்தில், வரலாறு காணாத அளவுக்குக் கூட்டம் நிரம்பி வழிந்தது. மக்கள் ஒருவரையொருவர் முண்டியத்துக்கொண்டு நீதி மன்றத்தில் இடம்பிடிக்க முனைந்தார்கள். வழக்கைப் பார்ப்பதற்காக மட்டுமல்ல, வழக்கின் நாயகன், நாயகி என்று வழக்கில் தொடர்புடைய அனைவரையும் பார்க்கும் ஆர்வம் அனைவருக்கும் இருந்தது.

வழக்கு 1930ம் ஆண்டு தொடுக்கப்பட்டாலும், வழக்கு விசாரணை தொடங்கியது என்னவோ 1933ம் ஆண்டு டிசம்பர் வாக்கில்தான்.

சந்நியாசி கூண்டில் ஏறினார். அவரை முதலில் விசாரணை செய்தது, அவருடைய வழக்கறிஞர் பி.சி. சாட்டர்ஜி. முதல் விசாரணை முடிவதற்கு மூன்று நாள்களாயின. அனைவரும் எதிர்பார்த்த அந்த முக்கியமான கேள்வி கேட்கப்பட்டது. இறந்து போனதாகச் சொல்லப்படும் மேஜோ குமாரான நீங்கள் எப்படி உயிர் பிழைத்தீர்கள், சந்நியாசி ஆனீர்கள்?

சந்நியாசி பின்வருமாறு பதிலளித்தார்:

'டார்ஜிலிங்கில், சுடுகாட்டில் நான் முனங்கிக் கொண்டிருந்தேனாம். அப்போது அருகில் இருந்த நான்கு சாதுக்கள் என்னைக் காப்பாற்றினர். எனக்கு நினைவு திரும்புவதற்கு வெகு நாள்களாயின. மீண்டபோது, பழைய நினைவுகள் எல்லாம் மறந்து போயின. அந்தச் சாதுக்களில் தலைமை சாதுவான தரம்தாஸ், என்னை அவருடைய சிஷ்யனாக ஏற்றுக் கொண்டார். சாதுக்கள், என்னை சுந்தர்தாஸ் என்று அழைத்தனர். பின்னர், அந்தச் சாதுக்களுடன் நான் காசிக்குச் சென்றேன். காசியில் ஆஷிகாட்டில் நான்கு ஆண்டுகள் தங்கியிருந்த பின்னர், அங்கிருந்து நாங்கள் இந்தியாவின் வட மாநிலங்கள் அனைத்துக்கும் சென்றோம். சுமார் 2,000 மைல்கள் கடந்திருப்போம். பொதுவாக நாங்கள் அனைத்து இடங்களுக்கும் நடந்தே செல்வோம்.

காசியிலிருந்து முதலில் இமயமலைக்குச் சென்றோம். அங்கிருந்து கீழிறங்கி அமர்நாத் குகையில் உள்ள பனி லிங்கத்தைத் தரிசித்தோம். அமர்நாத்தில், என் குருவான தரம்தாஸிடம் நான் தீட்சைப் பெற்றேன். அமர்நாத்தில் இருந்து ஶ்ரீநகர் சென்றோம். அங்கு என் குருவின் பெயரைக் கையில் பச்சைக்குத்திக் கொண்டேன். ஶ்ரீநகரில் இருந்து நேபாளம் சென்றோம். காட்மண்டுவில் உள்ள பசுபதிநாத் கோயிலுக்குச் சென்றோம். பசுபதிநாத் கோயிலில் ஓராண்டு காலம்

தங்கினோம். அங்கிருந்து இன்னும் வடக்கே உள்ள தீபத்துக்குச் சென்றோம். தீபத்தில் உள்ள புத்த கோயிலில் லாமாக்களுடன் ஓராண்டு தங்கினோம். தீபத்திலிருந்து மறுபடியும் நாங்கள் நேபாளத்துக்கு வந்தோம். நேபாளத்தில் பரஹு சத்ரா என்ற ஒரு மலைஸ்தலத்தில், டாக்கா என்ற பெயர் நினைவுக்கு வந்தது. அந்தப் பெயரை நான் உச்சரித்தேன்.

தரம்தாஸ் என்னைப் பார்த்து, 'நீ என்ன சொன்னாய்?' என்று கேட்டார். 'நீ யார் என்று உனக்கு நினைவுக்கு வந்து விட்டதா?'

'அது என் வீடு' என்று பதிலளித்தேன்.

'நீ போக வேண்டிய நேரம் வந்துவிட்டது. கிளம்பு' என்றார் என்னுடைய குரு.

'நான் உங்களை மறுபடியும் எப்போது சந்திப்பேன்?'

'நான் காசியில் இருப்பேன். நீ மாயையைக் கடந்து விட்டால், சந்நியாசத்தில் ஏற்றுக்கொள்ளப்படுவாய்' என்று பதிலளித்தார்.

இரண்டு நாள்களில் மற்ற சாதுக்களை விட்டுப் பிரிந்தேன். நான் அவர்களுடன் 11 ஆண்டுகள் ஒன்றாகக் கழித்திருக்கிறேன். அவர்களுடன் பல தூர தேசங்களுக்குச் சென்றிருக்கிறேன். அவர்களை விட்டுப் பிரியமுடியாமல் பிரிந்தேன். இறுதியில், டாக்கா ரயில் நிலையத்துக்கு வந்தேன்.'

முதல் விசாரணையில் சந்நியாசி சொன்ன விஷயங்கள் இவை.

பிபாவதியின் வழக்கறிஞர் சந்நியாசியிடம் குறுக்கு விசாரணையை ஆரம்பித்தார். அவருடைய குறுக்கு விசாரணையின் நோக்கம் - 'சந்நியாசி சொன்னது எதற்கும் ஆதாரம் இல்லை. எனவே அந்த சாட்சியம் உண்மை என்பதை எப்படி எடுத்துக்கொள்ளமுடியும்? அவருடைய சாட்சியம் ஏன் ஜோடனையாக இருக்கக் கூடாது?' - என்ற வாதத்தை நிரூபிப்பதாகும்.

இந்த வாதம் ஏற்புடையதாகவே இருந்தது.

தான் சொன்னது உண்மைதான் என்பதை நிரூபிப்பதற்கு, நான்கு சாதுக்களை நீதிமன்றத்தில் கொண்டுவந்து நிறுத்தினார் சந்நியாசி. அந்த நான்கு சாதுக்களின் பெயர்களும் பின்வருமாறு. தரம் தாஸ், பீதம்தாஸ், லோக்நாத் தாஸ் மற்றும் தர்ஸன் தாஸ் என்ற நேக்கு. இதில் முதலில் குறிப்பிட்ட மூன்று சாதுக்களும் சந்நியாசம் பெற்றுவிட்டனர். நான்காமவர் சிறு வயதுக்காரர். இன்னும் சந்நியாசம் பெறவில்லை. நால்வரும், ஒருவர் பின் ஒருவராகக் கூண்டில் ஏறி சாட்சியம் அளித்தனர். அவர்கள் அனைவரும் ஒரே மாதிரியே சாட்சியம் அளித்தனர். அவர்கள் சொன்னதற்கும், சந்நியாசி சொன்ன சாட்சியத்துக்கும் எந்த வித்தியாசமும் இல்லை.

'நாங்கள் நாக சந்நியாசிகள். நாங்கள் நால்வரும் சாஸ்திரங்களிலும், புராணங்களிலும் குறிப்பிடப் பட்டுள்ள கோயில்களுக்கும், புனிதத் தலங்களுக்கும் சென்று கொண்டிருந்தோம். அப்படிப் போகும் வழியில், நாங்கள் டார்ஜிலிங்குக்கு வந்தோம். அங்கு ஊருக்கு வெளியே தங்கியிருந்தோம். நாங்கள் பிச்சை எடுத்து உணவருந்தினோம். நாங்கள் இருந்த பகுதியில் குடியானவர்களும் கூலித் தொழிலாளர்களும் இருந்தனர். அவர்கள் எங்களுக்கு அளித்த உணவை உண்டு வந்தோம்.

மே 8ம் தேதி அன்று, இரவு நன்கு இடி இடித்துக் கொண்டிருந்தது. இருட்டில் குளிர் காய்ந்து கொண்டிருந்தோம். அப்போது தொலைவில் ஹரிபோல்... ஹரிபோல் என்று முழக்கம் கேட்டது. இதற்கிடையில் இடி, மின்னலுடன் நன்கு மழை ஆரம்பித்துவிட்டது. அதனால் அந்த முழக்கம் நின்று போனது. தரம் தாஸ், நேக்குவை வெளியே என்ன நடக்கிறது என்று பார்க்கச் சொன்னார். நேக்கு வெளியே பார்த்துவிட்டு வந்து, வெளியே சில மனிதர்கள் மழையில் கூச்சல் போட்டுக்கொண்டு இங்கேயும் அங்கேயும் ஓடுகின்றனர் என்றான்.

கொஞ்ச நேரம் கழித்து இடி, மின்னல், மழை எல்லாம் ஓய்ந்து போனது. அந்த இடத்தில் பெரும் அமைதி நிலவியது. தரம் தாஸ் மறுபடியும் நேக்குவை அழைத்து,

வெளியே என்ன நிலவரம் என்று பார்த்து வரச் சொன்னார். வெளியே சென்ற நேக்கு சிறிது நேரத்துக்கெல்லாம் ஓடிவந்து, 'பாபாஜி வெளியே வாருங்கள், யாரோ ஒருவர் முனகும் சத்தம் கேட்கிறது' என்றான். லோக்நாத், நேக்குவுடன் ஒரு விளக்கை ஏந்திக்கொண்டு விரைந்து சென்றார். இருவரும் பாறையின் அடிவாரத்திலிருந்து சத்தம் வரும் இடத்தை நோக்கிச் சென்றனர்.

அங்கு, வெள்ளைத் துணியால் சுற்றப்பட்ட ஒரு மனிதன், பாடையில் கிடத்தப்பட்டிருந்தான். துணியை நீக்கிவிட்டு இருவரும் பார்த்தார்கள். வலி தாங்கமுடியாமல், ஒரு மனிதன் தவித்துக்கொண்டிருந்தான். அவனது கால்கள் கட்டப்பட்டிருந்தன. கால்கட்டை அவிழ்த்து விட்டார் லோக்நாத். மூக்கில் கை வைத்துப் பார்த்தார். பின்னர் நேக்குவைப் பார்த்து, 'இந்த மனிதன் உயிருடன்தான் இருக்கிறான், சீக்கிரம் சென்று மற்ற இரண்டு சாதுக்களையும் கூட்டிவா' என்று கட்டளையிட்டார். பின்னர் நாங்கள் நால்வரும், அந்த மனிதனை நாங்கள் வசித்த குடிலுக்குத் தூக்கி வந்தோம்.

அந்த மனிதனின் உடல் நனைந்திருந்தது. அவன் குளிரில் நடுங்கிக் கொண்டிருந்தான். நடுங்கிக் கொண்டிருந்த அவன் உடம்பைச் சுற்றிக் கம்பளி போடப்பட்டது. நாங்கள் இருந்த குடிலில் அனைவருக்கும் இடமில்லை என்பதால், அந்த மனிதனைத் தூக்கிக்கொண்டு, மலையின் அடிவாரத்துக்குச் சென்றோம். அங்கு எங்கள் கண்ணில் ஒரு குடில் தென்பட்டது.

ஆனால், அதன் கதவுகள் பூட்டப்பட்டிருந்தன. தரம் தாஸ், 'கதவை உடையுங்கள்' என்றார். மழைநீரில் கதவு நனைந்து ஈரப்பதத்துடன் இருந்ததால் லோக்நாத்தும் நேக்குவும் கதவில் பூட்டப்பட்டிருந்த சங்கிலியை இழுத்தவுடன், பூட்டு கையோடு உடைத்துக் கொண்டு வந்துவிட்டது. குடிசையின் உள்ளே ஒரு கட்டில் மட்டும் இருந்தது. நாங்கள் தூக்கி வந்த மனிதனை அந்தக் கட்டிலில் கிடத்தினோம். துணியில் நெருப்பை வளர்த்து, கட்டிலுக்கு அருகாமையில் வைத்தோம். குளிரில் நடுங்கிக் கொண்டிருந்தவனின் உள்ளங்

கைகளையும் பாதங்களையும் நாங்கள் நால்வரும் மாறி மாறித் தேய்த்துவிட்டோம். ஒரு மணி நேரத்தில் அந்த மனிதனின் நடுக்கம் நின்றது. மூச்சுவிடுவது சீரானது. ரத்த ஓட்டம் பரவியது.

சுமார் நான்கு நாள்கள் அந்த மனிதன் கோமாவில் இருந்தான். ஒரு நாள் காலையில், தரம்தாஸ் அந்த மனிதனின் மீது சுற்றப்பட்டிருந்த கம்பளியை எடுத்துப் பார்த்துபோது, அவனது உடம்பில் கொப்பளங்கள் சீழ் பிடித்திருப்பது தெரியவந்தது. 'இவனுக்கு மருந்து கொடுக்கவேண்டும்' என்று தரம்தாஸ் சொன்னார்.

ஐந்தாவது நாள் அவனுக்கு நினைவு திரும்பியது. கண்களைத் திறந்து பார்த்து ஏதோ உளறினான். என்ன சொல்கிறான் என்று எங்களுக்குப் புரியவில்லை. அவன் கண்கள், விட்டத்தையே பார்த்துக்கொண்டிருந்தன.

ஒரு சாது அவனைப் பார்த்து 'இவன் புத்திசுவாதினம் இல்லாதவன் போல் நடந்து கொள்கிறான்' என்றார். மற்றொரு சாது 'இவன் பிழைத்துவிட்டான், இவனுக்கு நாம் உதவி செய்யவேண்டும்' என்றார். நாங்கள் அதற்கு ஒப்புக்கொண்டோம்.

நாங்கள் தங்கியிருந்த குடிசை, கிரிஜா பாபு என்பவனின் கிடங்கு. நாங்கள் ஒரு மனிதனுக்கு உதவி செய்வதைப் பார்த்து, எங்களை அங்குத் தங்க அனுமதித்தான். கிரிஜா பாபு பணம் செலவழித்து, சில ஆயுர்வேத மருந்துகளை வாங்கிக்கொடுத்தான். நாங்கள் பிச்சை எடுத்து வந்த உணவை அந்த மனிதனுக்குக் கொடுத்தோம். சிறிது சிறிதாக அந்த மனிதன் குணமடைந்தான். ஓரளவு அவன் குணமடைந்த பிறகு, அவனிடம் பேச்சுக் கொடுத்தோம். ஆனால், அவனிடமிருந்து எந்தப் பதிலும் வரவில்லை. அவன் பேந்தப் பேந்தப் பார்த்துக்கொண்டு, ஏதோ உளறிக் கொண்டிருந்தான்.

தரம்தாஸ் மற்ற சாதுக்களிடம், 'நாம் பொறுமையாக இருக்கவேண்டும்; காலம் வரும்போது எல்லா விஷயமும் விளங்கும்; அதுவரைக்கும் நாம் காத்திருக்க வேண்டும்; இவன் இனிமேல் என்னுடைய சிஷ்யன்; இது கர்ம வினை' என்றார்.

இரண்டு வாரத்துக்குப் பிறகு, அந்த மனிதனை அழைத்துக்கொண்டு நால்வரும் டார்ஜிலிங்கை விட்டுச் சென்றோம். தரம்தாஸ் தன்னுடைய புதிய சிஷ்யனுக்கு, சுந்தர்தாஸ் என்று பெயரிட்டார். அங்கிருந்து நாங்கள் ஐவரும் பல ஊர்களுக்குச் சென்றோம்.

அதற்குப் பின்னர் என்ன நடந்தது என்பதைத்தான், பாவல் சந்நியாசி தன்னுடைய சாட்சியத்தில் பதிவு செய்தார்.'

•

சாதுக்கள் அனைவரும் ஹிந்தியில் பேசியதாலும், அவர்களுடன் 12 ஆண்டுகள் சுந்தர்தாஸ் கழித்ததாலும் அவனும் அரைகுறையாக ஹிந்தி பேசினான். பிபாவதி தேவியின் வழக்கறிஞர் ஏ.என்.சௌத்ரி பாவல், சந்நியாசியை மேற்சொன்ன விவகாரங்களில் குறுக்கு விசாரணை செய்தார். நான்கு சாதுக்களையும் குறுக்கு விசாரணை செய்தார். பாவல் சந்நியாசியை மட்டும் சுமார் ஐந்து நாள்கள் குறுக்கு விசாரணை செய்தார். மேஜோ குமாருடைய குடும்பம், அவருடைய மூதாதையர், அவர் வளர்ந்த சூழ்நிலை, அவரை வளர்த்தவர்கள், அவருடைய சொந்தக்காரர்கள் என்று பலவற்றையும் குறித்து குறுக்கு விசாரணை மேற்கொண்டார்.

பாவல் சந்நியாசி அனைத்துக்கும் பொறுமையாகப் பதில் சொன்னார். அந்தரங்கமான விஷயங்கள்கூட விட்டு வைக்கப்படவில்லை. மேஜோ குமார் ஒரு பெண் பித்தர் என்பதிலிருந்து அவர் எந்தெந்த விலைமாதர் வீட்டுக் கெல்லாம் சென்றார் போன்றவை வரை அனைத்தும் விவாதிக்கப்பட்டன.

மேஜோ குமார், தன் அரண்மனையில் வசதியான சூழ்நிலையில் வாழ்ந்தவர். மேற்கத்திய கலாசாரமும் பழக்கவழக்கமும் அவருக்கு அத்துப்படி என்பதால் அவை குறித்தும் கேள்விகள் கேட்கப்பட்டன.

•

கிரிக்கெட் விளையாடத் தெரியுமா? ஸ்டம்ப்ஸ் என்றால் என்ன? எல்.பி.டபிள்யூ. என்றால் என்ன? க்ரீஸ் என்று

எதைக் குறிப்பிடுகிறார்கள்? அம்பயர் என்பவர் யார்? டென்னிஸ் விளையாட்டில் டியூஸ் என்றால் என்ன? பில்லியர்ட்ஸ் விளையாட்டு என்றால் என்ன?

அடுத்ததாக, மேற்கத்திய ஆடைகளைப் பற்றியும் கேள்விகள் கேட்கப்பட்டன. மிலிட்டரி காலர் என்றால் என்ன? Lounge suit என்றால் என்ன? Chesterfield cloth என்றால் என்ன?

அடுத்ததாக, சாப்பாட்டு மேஜையில் வைக்கப்படும் பொருள்களைப் பற்றி சௌத்ரி கேட்டார். Salt cellar, cruet stand, tumbler, napkin cloth என்று எதையும் விட்டு வைக்கவில்லை. புகைப்படக்கருவி, கேமரா, ஃபோக்கஸ், லென்ஸ்... பற்றியும் கேட்கப்பட்டன. Crushed food என்றால் என்ன என்று கேட்கப்பட்டபோது, சந்நியாசி சாவகாசமாக, 'அது குதிரைகளுக்கு வழங்கப்படும் தீனி' என்றார்.

அடுத்து வேட்டை. Muzzle end, breach end, magpie, cat's eye, bulls eye, cordite, choke, bore, Martini Henri. ஆனால், இந்தக் கேள்விகளுக்குச் சரியான பதில்கள் வரவில்லை. வழக்கறிஞர் சௌத்ரி ஒரு விஷயத்தை கவனத்தில் எடுத்துக்கொள்ள தவறிவிட்டார். வேட்டையாடுபவர் களுக்குத் துப்பாக்கியை எப்படி பயன்படுத்தவேண்டும் என்று தெரிந்திருந்தால் போதும், அதைப் பற்றிய விளக்கங்கள் அவருக்குத் தெரிந்திருக்க வேண்டிய அவசியம் இல்லை.

அதேபோல் சௌத்ரி, நீதிமன்றத்தில் நிரூபிக்க நினைத்தது, மேஜோ குமார் ஆங்கிலேயர்களைப் போல அவர்களது முறையில் உணவு உட்கொள்வார் என்று. அதை நிரூபிக்கும் பொருட்டு, 1908ம் ஆண்டு கிச்சனர் துரை ராஜ்பாரிக்கு வந்தபோது, அவருடன் சேர்ந்து மூன்று ராஜகுமார்களும் விருந்துண்டனர் என்று பிபாவதியின் சார்பில் சாட்சியம் அளிக்கப்பட்டது. ஆனால், அந்த சாட்சியம் பொய் என்று நிரூபணம் ஆனது. காரணம், கிச்சனர் துரை ராஜ்பாரிக்கு வந்தபோது, அவருடன் உணவு உட்கொண்டவர்கள் மூத்த குமாரும் இளைய குமாரும்தான். மேஜோ குமார், கிச்சனர் துரை வேட்டையாடுவதற்குத் தேவையான வசதிகளை

செய்து கொடுப்பதற்காகக் கானகத்துக்குச் சென்று விட்டார்.

மேஜோ குமார் யாருக்கும் அடங்காத சுதந்தரப் பறவையாக வாழ்க்கையை சந்தோஷமாகக் கழித்தாரே தவிர, அவருக்கு ஆங்கில மோகம் கொஞ்சமும் இல்லை.

மேஜோ குமார் நன்கு படித்தவராகவும் உலக அறிவு உள்ளவராகவும் இருந்திருந்தால், அத்தகைய கேள்விகளை எழுப்பியிருக்கலாம். மேஜோ குமார் பள்ளிக்கூடத்துக்கே செல்லாதவர். அதிகபட்சம் தனது பெயரை ஆங்கிலத்தில் எழுதத் தெரியும், அவ்வளவு தான். அப்படி இருக்கையில் சந்நியாசியிடம் அது போன்ற கேள்விகளைக் கேட்டு, அதற்குப் பதில் சொல்லவில்லை என்று சொல்வது ஏற்புடையதாகாது.

சௌத்ரி மேலும் ஒரு தவறைச் செய்தார். சந்நியாசியிடம் அவருடைய முந்தைய வாழ்க்கையில் நடந்த சில விஷயங்களை மட்டும் கேட்டுவிட்டு, மற்ற விஷயங்களை விசாரிக்காமல் விட்டுவிட்டார். யாராவது முன்கூட்டியே அவருக்கு இதுபற்றி சொல்லி கொடுத்திருக்கலாம் என்பது அவர் கணிப்பு. ஆனால், அதற்காக அந்த விஷயங்களில் கேள்வி கேட்காமல் விடுவதும் சரியல்ல. ஒருவருக்கு மற்றவரின் வாழ்க்கைக் குறிப்புகள் எவ்வளவுதான் சொல்லிக்கொடுக்கப் பட்டிருந்தாலும், அவரால் எல்லாவற்றையும் ஞாபகம் வைத்திருக்கமுடியாது. எப்போது எங்கே குறுக்கு விசாரணை மேற்கொள்வார்கள் என்பதும் தெரியாதல்லவா?

குறுக்கு விசாரணையில் சௌத்ரி கேட்ட கேள்விகளுக்கு சந்நியாசி அளித்த பதில்களைத் தொகுத்துப் பார்க்கையில் ஒரு விஷயம் தெளிவானது. மேஜோ குமார் ஆங்கிலேயர்கள் போல் ஆடை உடுத்தவில்லை, ஆங்கிலேயர்கள் போல் உணவு அருந்தவில்லை, ஆங்கிலேயர்கள் போல் விருந்துக்குச் செல்லவில்லை, ஆங்கிலேயர்கள் விளையாடிய விளையாட்டுகளை விளையாடவில்லை. மொத்தத்தில், சௌத்ரி, சந்நியாசிடம் செய்த குறுக்கு விசாரணை, சந்நியாசிக்குச் சாதகமாகவே மாறியது.

உங்களுக்குத் தபலா வாசிக்க தெரியுமா, பாடத் தெரியுமா? என்றெல்லாம்கூட கேட்டார். வங்காள பாட்டிலிருந்து ஒரு சில வரிகளையும் பாடச்சொன்னார். அதற்கு சந்நியாசி முடியாது என்று பதிலளித்து விட்டார்.

ஆச்சரியம்! ராஜ்பாரி அரண்மனையில் எப்போதும் இரவில் பாட்டு, நடனம் என்று அனைத்துவிதமான கச்சேரிகளும் நடைபெறும். மேலும், ஜோதிர்மாயி தன்னுடைய விசாரணையின்போது, தனது தம்பி குளிக்கும்போது ஓரிரண்டு வரிகள் வங்காளத்தில் பாடுவார் என்று சொல்லியிருந்தார். வங்காள தேசத்தில் பாட்டுப் பாடாதவர்களே இருக்கமுடியாது. இசை அவர்களுடைய வாழ்க்கையோடு ஒன்றிப் போனது. சந்நியாசி ஹிந்துஸ்தானியாகவே இருந்தாலும், 13 ஆண்டுகளுக்கும் மேலாக வங்காளத்தில் இருந்தவர். அப்படியிருக்க, அவருக்குப் பாடல் வரிகள் தெரிய வில்லை என்றால், அவர் போலியாகத்தான் இருக்க வேண்டும். இது சௌத்ரியின் வாதம்.

ஆனால் நீதிபதி, இந்த வாதத்தை ஏற்கவில்லை. அதற்கு அவர் தன் தீர்ப்பில் வெளியிட்ட காரணங்கள் பின்வருமாறு :

'பாடுபவர்கள் எல்லோருமே மேடைப் பாடகர்கள் அல்லர். வெகுஜன மக்கள், படிப்பறிவில்லாதவர்கள் சாதாரணமாகப் பொது இடங்களில் பாடுவதில்லை. நிறைய வற்புறுத்தலுக்குப் பிறகுதான் அவர்களைப் பாடவைக்கமுடியும். அதுவும் கூட உறுதியல்ல. ஒரு விவசாயியோ படிப்பறிவில்லாதவனோ அனைவருக்கும் மத்தியில் அதுவும் நீதிமன்றத்தில் பாடிவிட மாட்டான். அவர்களுடைய கூச்ச சுபாவம் அவர்களைப் பாடவிடாமல் தடுக்கும். படிப்பறிவு பெற்றவர்களின் கதை தனி. அவர்களுக்கு மற்றவர்கள் போல் அவ்வளவு கூச்ச சுபாவம் இருக்காது. அவர்களுடைய படிப்பறிவு அவர்களது வெட்கத்தைப் போக்கிவிடும். ராகம் தெரியவில்லை என்றாலும் தைரியமாகப் பாடுவார்கள். ஆனால், மற்றவர்கள் விஷயம் அப்படி இல்லை. சில பாடல் வரிகள் அர்த்தமற்றதாக முட்டாள்தனமாக இருக்கும், அல்லது

காதலைப் பற்றி இருக்கும். இம்மாதிரி பாடல்களை யாரும் நீதிமன்றம் போன்ற பொது இடங்களில் பாட மாட்டார்கள். அப்படிப் பாடுவது சரியாக இருக்காது என்று அவர்கள் எண்ணலாம். மேஜோ குமாரின் பின்னணியிலும், அவருடைய குணாதிசயங்களின் அடிப்படையிலும்தான் இந்தக் கேள்விக்கான பதிலைப் பார்க்கவேண்டும். எனவே, சந்நியாசி நீதிமன்றத்தில் பாட மறுத்தது ஒன்றும் வியப்பில்லை.'

மேஜோ குமார் உருவாக்கிய வனவிலங்குப் பூங்காவில் அவருக்குப் பிடித்த விலங்கைப் பற்றி கேள்வி கேட்கப் பட்டது. சந்நியாசியும், வெள்ளை நரி என்று அதற்குப் பதிலளித்தார். ஆனால், செளத்ரி அது உண்மையில்லை என்று வாதிட்டார். ஆனால், செளத்ரியின் (பிபாவதி யின்) போதாத காலம், அவர் தரப்பு சாட்சி ஒருவர் நிலைமையைப் புரிந்துகொள்ளாமல், மேஜோ குமாருக்குப் பிடித்த விலங்கு வெள்ளை நரி என்பதை மட்டும் சொல்லாமல், மேஜோ ராஜா அந்த விலங்குக்குத் தன் கையாலேயே உணவு பரிமாறுவார் என்று வேறு சொல்லித் தொலைத்துவிட்டார்.

இன்னொரு சாட்சி சொன்ன சாட்சியமும் பிபாவதியின் வழக்குக்கு எதிராகப் போனது. மேஜோ குமார் யானை மேல் ஏறும்போது வித்தியாசமாக ஏறுவார். மேஜோ குமார் முதலில் யானையின் துதிக்கையில் தன் காலை வைத்துப் பின்னர், யானையின் காதை இழுத்துப்பிடித்து ஒரேயடியாக யானையின் மேல் ஏறி உட்காருவார். இம்மாதிரி யானையின் மீது ஏறுவதற்குத் தனிப்பட்ட பயிற்சியும் திறமையும் தேவை.

செளத்ரியின் வாதம் என்னவென்றால், யானை மீது ஏறுவதற்கு அரண்மனையில் பிரத்தியேக ஏணிகள் இருக்கும்போது, ஏன் இப்படியெல்லாம் ஏறிக் கஷ்டப் படுவானேன் என்பதுதான். ஆனால், பிபாவதியின் சாட்சிகளில் ஒருவர், மேஜோ குமார் யானையின் மீது ஏறும்பொழுது ஏணிகளைப் பயன்படுத்தமாட்டார், மாறாக, அதனுடைய துதிக்கையில் கால்வைத்து வித்தியாசமாக ஏறுவார் என்று போட்டு உடைத்தார்.

மேஜோ குமார் சாரட் குதிரை வண்டியை ஓட்டும்போது, கடிவாளத்தை வலது கையில்தான் பிடிப்பார். இதைத் தான் சந்நியாசியும் கூறினார். ஆனால் சௌத்ரி, குதிரை வண்டி ஓட்டுகிறவர்கள் அனைவருமே கடிவாளத்தைத் தங்களுடைய இடது கையில்தான் பிடித்திருப்பார்கள் என்று வாதிட்டார். ஆனால், கூண்டில் ஏறி சாட்சி சொன்ன அனேகமானவர்கள், மேஜோ குமார் எவ்வளவு வேகமாகக் குதிரை வண்டியை ஓட்டினாலும் கடிவாளத்தைத் தன்னுடைய வலது கையில்தான் பிடித்திருப்பார் என்று சாட்சியம் அளித்தனர்.

மேஜோ குமார் பல பேருக்கு எழுதியதாகப் பல கடிதங்களை நீதிமன்றத்தில் ஆஜர்படுத்தினார், பிபாவதி யின் வழக்கறிஞர் சௌத்ரி. அவருடைய வாதம், மேஜோ குமாருக்கு எழுதப்படிக்கத் தெரியும் என்பது. அந்தக் கடிதங்களையெல்லாம் சந்நியாசி ஏற்றுக்கொள்ள மறுத்துவிட்டார். விசித்திரமாக, எல்லாக் கடிதங்களிலும் ஒரே மாதிரியான செய்திகள் இடம்பெற்றிருந்தன. அதாவது அனைத்துக் கடிதங்களுமே, அரண்மனைக்கு வந்துபோன ஆங்கில துரைகளுக்கு எழுதப் பட்டனவாகவே இருந்தன. அக்கடிதங்களில் இடம்பெற்ற விவரங்களும் ஒரே மாதிரியானவையாக இருந்தன. நீதிபதி, இக்கடிதங்கள் எல்லாம் மோசடி என்று கூறிவிட்டார். மேஜோ குமாரின் வாழ்க்கை வரலாறு, அவர் எப்படிப்பட்டவர், அவர் செய்தது, செய்யாதது என அனைத்து விவகாரங்களும் அலசி ஆராயப்பட்டன.

தன்னிடம் கேட்கப்பட்ட அனைத்துக் கேள்விகளுக்கும் சந்நியாசி சரியாகப் பதிலளித்தார். அவரைக் குறுக்கு விசாரணை செய்ததில், பிபாவதிக்குச் சாதகமாக ஒன்றும் தேறவில்லை. இப்படியே போனால் பிபாவதியின் வழக்கு தவிடுபொடியாகிவிடும் என்று உணர்ந்த அவருடைய வழக்கறிஞர் சௌத்ரி, வழக்கை வேறு விதத்தில் கையாண்டார். சந்நியாசிக்கும் மேஜோ குமாருக்கும் உள்ள வேற்றுமையை நிரூபிப்பதில் கவனத்தை செலுத்தினார். ஆனால், அவரால் அதையும் நிரூபிக்க முடியவில்லை!

ராஜ்பாரியில் வெகுகாலம் மேலாளராக இருந்த ராய் காளி பிரஸன்ன கோஷ் என்பவர் கூண்டில் ஏற்றப்பட்டு விசாரிக்கப்பட்டார். பிரஸன்ன கோஷுக்கு மேஜோ குமாரைப் பிறந்ததிலிருந்தே தெரியும். பிரஸன்ன கோஷ் சொன்ன விவரங்கள்: மேஜோ குமார் நல்ல நிறம். அவர் கண்களும், முடியும் பழுப்பு நிறத்தில் இருக்கும். சுமாரான உயரம். நல்ல உடல்வாகு.

மேஜோ குமார் ஸ்காட்லாந்து நிறுவனத்தில் எடுத்த பாலிசியும் அதனுடன் தொடர்புடைய ஆவணங்களும் நீதிமன்றத்துக்கு வரவழைக்கப்பட்டன. பாலிசி எடுக்கும்போது ஓர் ஆங்கிலேய மருத்துவர், மேஜோ குமாரை முழு உடல் பரிசோதனை செய்திருந்தார். பரிசோதனை அறிக்கையில் இடம்பெற்ற விவரங்களும் சாட்சிகள் சொன்ன விவரங்களும் சந்நியாசியோடு ஒத்துப்போயின.

இதுபோக, மேஜோ குமாருடைய 8 பழைய புகைப் படங்களும் சந்நியாசியின் 16 புகைப்படங்களுடன் ஒப்பிடப்பட்டன. இரு தரப்பிலிருந்தும் தலா இரண்டு பிரபல புகைப்படக்காரர்கள் சாட்சியம் அளித்தனர். பிபாவதி தரப்பின் சாட்சியங்களில் ஒருவர், பெர்சி பிரவுன். இவர் லண்டனில் உள்ள பிரசித்தி பெற்ற ராயல் கலைக்கல்லூரியில் பயின்றவர். பின்னர், கல்கத்தா கலைக் கல்லூரியின் முதல்வராக 18 வருடங்கள் பணியாற்றினார். அவர், இரு தரப்பு புகைப் படங்களையும் பார்த்துவிட்டு அதில் வேற்றுமைதான் அதிகமாக இருக்கிறது என்று தெரிவித்தார். அதே கருத்தைத்தான் கல்கத்தாவில் இருந்த பிரபல புகைப்பட நிறுவனமான போர்ன் அன்ட் ஷப்பர்ட் நிறுவனத்தின் மேலாண்மை இயக்குநரான மசில் வைட்டும் தெரிவித்தார்.

சந்நியாசியின் சார்பில் இரண்டு பேர் சாட்சியம் அளித்தனர். முதலாமவர், எட்னா லாரன்ஸ் என்ற கல்கத்தாவில் உள்ள ஒரு பிரபல புகைப்பட நிறுவனத்தைச் சேர்ந்த விண்டர்டன். பெர்லின், முனிச், டிரஸ்டென், பாரிஸ், லண்டன் ஆகிய நகரங்களில் புகைப்படத் துறையில் பயிற்சி பெற்றவர். இவர்,

மேஜோ குமாரின் புகைப்படத்திலும் சந்நியாசியின் புகைப்படத்திலும் நிறைய ஒற்றுமைகள் இருக்கின்றன என்று தெரிவித்தார். அவர் முக்கியமாக ஒரு விஷயத்தைக் குறிப்பிட்டார்: ‘சந்நியாசியின் புகைப் படத்தில் காது வித்தியாசமான தோற்றத்தில் காணப்படு கிறது. அதே வித்தியாசம் மேஜோ குமாருடைய புகைப் படத்திலும் தெரிகிறது. இரண்டு புகைப்படங்களிலும் மேல் உதடும் கீழ் உதடும் ஒன்றோடொன்று ஒட்டி இருக்கவில்லை. இரண்டு புகைப்படங்களிலும் கண் இமைக்குக் கீழே சதை வளர்ச்சியிருக்கிறது. மேலும், இடது கையில் உள்ள நடு விரலும், ஆள் காட்டி விரலும் ஒரே அளவில் இருக்கின்றன’.

சந்நியாசியின் இன்னொரு சாட்சியான பேராசிரியர் கங்குலி, ஓவியக் கலையில் தேர்ச்சி பெற்ற, பிரசித்தி பெற்ற ஓவியர். இவர் நிறைய மகாராஜாக்களையும் ஆங்கில கவர்னர்களையும் தத்ரூபமாக ஓவீயம் தீட்டியிருந்தார். அந்தக் காலத்திலேயே ஒரு முழுநீள ஓவியம் தீட்டுவதற்கு சுமார் 7000 ரூபாய் சம்பளமாக வாங்குவார். அவர், அரசு கலைக் கல்லூரியில் துணை மேலாளராகப் பணியாற்றியவர். பிபாவதியின் சாட்சியான பெர்சி பிரவுனின் நெருங்கிய நண்பரும்கூட. ஓவியத்தின் நுணுக்கங்களை நன்கு அறிந்தவராதலால், கங்குலியால் தன்னிடம் காண்பிக்கப்பட்ட புகைப் படங்களில் உள்ள ஒற்றுமை, வேற்றுமைகளைத் தெளிவாகச் சொல்ல முடிந்தது. அவர் தன்னுடைய பயிற்சியையும் அனுபவத்தையும் வைத்து இரு தரப்பிலிருந்தும் காண்பிக்கப்பட்ட புகைப்படங்களும் ஒரே ஆளுடையது என்ற கருத்தைத் தெரிவித்தார். தன் அனுபவத்தில் இதுவரைக்கும் இப்படி ஒரு காது அமைப்பு கொண்ட ஒரு மனிதரை நான் பார்த்ததே இல்லை என்றும் கூறினார்.

நீதிபதி, கங்குலியின் சாட்சியத்தை, உண்மையான தாகவும் பொருத்தமானதாகவும் உள்ளது என்று ஏற்றுக்கொண்டார்.

அடுத்து சந்நியாசியின் மார்பு. பிபாவதி சாட்சிக் கூண்டில் ஏறி தன்னுடைய கணவரான மேஜோ குமாருக்கு

மார்பில் முடியே இருக்காது என்று சாட்சியம் அளித்தார். ஆனால், மேஜோ குமாரின் சகோதரியோ, தன்னுடைய தம்பியின் மார்பில் நிறைய முடிகள் காணப்படும் என்றார். மேஜோ குமாருக்கு மஸாஜ் செய்தவர்கள், வேலையாள்கள், மல்யுத்தம் செய்தவர்கள் என்று ஆறு சாட்சிகளும் இதையே உறுதிபடுத்தினார்கள். மேஜோ குமார் மல்யுத்தத்துக்கு வருவதற்கு முன்னர் தன்னுடைய மார்பைச் சவரம் செய்து கொண்டுதான் வருவார் என்றார்கள். இது பாவல் ராஜ்ஜியத்தில் ஒரு பழக்கமாக உள்ளது என்று நீதிபதியும் தன் தீர்ப்பில் வெளியிட்டிருக்கிறார்.

அடுத்து, மேஜோ குமாரின் பாத அளவு. மேஜோ குமார் சுமாரான உயரம்தான். அவருக்கு எப்போதும் காலணிகள் மற்றும் ஷு தயார் செய்து தருபவர், கல்கத்தாவில் உள்ள ஒரு பிரபல சீன ஷு தயாரிப்பாளர். அவர் நீதிமன்றக் கூண்டில் ஏற்றப்பட்டார். மேஜோ குமாரின் ஷு அளவு 6 என்றும், சந்நியாசியின் ஷு அளவும் அதேதான் என்றும் அவர் உறுதியளித்தார்.

சந்நியாசியின் இடது கணுக்காலில் ஒரு தழும்பு இருந்தது. மேஜோ குமார் குதிரை லாயத்தைக் கவனித்துக்கொண்டிருந்தபோது, ஒரு குதிரை வண்டி அவரது காலில் ஏறியது. அப்போது ஏற்பட்ட தழும்பு அது. இதை உறுதிசெய்து வாதிட்டார் சந்நியாசியின் வழக்கறிஞர் சாட்டர்ஜி. ஆனால், பிபாவதியின் வழக்கறிஞர், பொய்கதை என்று இதை நிராகரித்தார். இந்த விபத்து மேஜோ குமாரின் தம்பியான சோட்டு குமாரின் திருமணத்துக்கு 6 நாள்கள் முன்பு ஏற்பட்டது. அந்தத் திருமண விழாவிலும்கூட, முடவர்கள் பயன் படுத்தும் உதைகாலையே மேஜோ குமார் பயன் படுத்தினார் என்று பல சாட்சிகள் தெரிவித்தனர். இன்ஷுரன்ஸ் கம்பெனியில் இருந்து வரவழைக்கப் பட்ட மேஜோ குமாரின் மருத்துவ அறிக்கையிலும், இந்த வடு பற்றிய குறிப்பு இருந்தது.

தன்னுடைய பாதங்களின் மேல்பகுதிகளில் தோல் தடிமனாகி செதில செதிலாக இருப்பதை சந்நியாசி நீதிமன்றத்தில் காண்பித்தார். மேஜோ குமாருக்கும்

இப்படி இருக்கும் என்று கூறினார். இந்தக் கூற்று உண்மைதானா என்று விசாரிக்க ராஜ்பாரி அரண்மனை யின் ஆஸ்தான மருத்துவரான டாக்டர் அஷுதோஷ் தாஸ் குப்தா வரவழைக்கப்பட்டார். டாக்டரும் எல்லோருடைய கால்களிலும் இதுமாதிரி இருக்காது. இது, ஒருவகையான மரபணுவால் ஏற்பட்ட பிரத்தியேக வடிவம். பொதுவாக பாவல் ஜமீன் குடும்பத்தினர் அனைவரின் கால்களிலுமே இப்படித்தான் இருக்கும் என்றார். சோட்டு குமாரின் காலும் இப்படித்தான் இருந்தது. மேஜோ குமாரின் இரண்டு சகோதரிகளுக்கும் அவர்களது மகன் மற்றும் மகள்களின் கால்களிலும் இந்த வித்தியாச அமைப்பு இருந்தது என்று வாக்குமூலம் அளித்தார்.

அடுத்து, மூக்கு. சந்நியாசியின் மூக்கு சற்று வீக்கத்துடன் கருட மூக்கு போல காட்சியளித்தது. தனக்கு சிப்பிலிஸ் நோய் கண்டதால் மூக்கு இப்படி உருவம் பெற்றது என்றார் அவர். மேஜோ குமாரின் மூக்கும் இப்படித்தான் இருந்தது என்றார். இதை நிரூபிக்க அல்லது பொய்யாக்க இரு தரப்பிலிருந்தும் மருத்துவர்கள் வரவழைக்கப் பட்டனர்.

பிரதிவாதி சார்பில் லெப்டினண்ட் கர்னல் டென்ஹாம் வைட் சாட்சியம் அளித்தார். இவர் கல்கத்தா பிரஸிடன்சி மருத்துவமனையின் ரெஸிடன்ட் சர்ஜன். மேலும், இவர் கல்கத்தா மருத்துவக் கல்லூரியில் ரண சிகிச்சையில் பேராசிரியராக இருந்தார். பிரதிவாதி சார்பில் சாட்சியளித்த இன்னொருவர் மேஜர் தாமஸ், இவர் மான்செஸ்டர் மருத்துவமனையில் பணியாற்றிவிட்டு, இந்தியாவில் மருத்துவத் துறையில் சேர்ந்தவர். வினியரியல் என்பது பாலியல் தொடர்பான நோய்.

சந்நியாசியின் தரப்பில் சாட்சியம் அளித்தவர் லெப்டினண்ட் கர்னல் கே.கே சாட்டர்ஜி. இவர், லண்டனில் உள்ள ராயல் மருத்துவக் கல்லூரியில் பயின்றுப் பட்டம் பெற்றவர். மருத்துவத்துறையில் குறிப்பிடும்படி பல புத்தகங்களை எழுதியிருக்கிறார். அதிலும் ‘வெப்ப மண்டலத்தில் சிப்பிலிஸ்’என்ற இவரது புத்தகம் மிகவும் பிரபலம்.

மூன்று டாக்டர்களும், நீதிபதி முன்னிலையிலும் இரு தரப்பு வழக்கறிஞர்கள் முன்னிலையிலும் சந்நியாசியின் உடலைப் பரிசோதனை செய்தனர். இந்த விவகாரத்தில் மேற்சொன்ன டாக்டர்களைத் தவிர மேலும் நான்கு டாக்டர்களும் விசாரிக்கப்பட்டனர்.

சிப்பிலிஸ் ஒரு தொற்று வியாதி. பிறப்புறுப்பின் மூலமாக இந்த வியாதி தொற்றிக்கொள்ளும். சிப்பிலிஸ் தொற்றிக்கொண்டவுடன் உடல் முழுவதும் புண் தோன்ற ஆரம்பிக்கும். பின்னர், மர்ம உறுப்புகளும் நிணநீர் சுரப்பிகளும் தடிமனாகி வீக்கம் காணும். இது முதல் படி. அடுத்தக் கட்டமாக நோய்கிருமி, ரத்தத்தில் கலக்க ஆரம்பிக்கும். இது இரண்டாம் படி. அடுத்து மூன்றாம் படியாக, உடல் முழுவதும் கொப்பளங்கள் வெடிக்க ஆரம்பிக்கும், கொப்பளங்கள் பெரிதாகி அந்த இடமே கட்டிப்பட்டு ரணமாகிவிடும். பார்ப்பதற்கே சகிக்க முடியாது.

இந்த ரணக்கட்டி தோலுக்கடியில், கல்லீரலில், எலும்பில் அல்லது மற்ற உடல் உறுப்புகளில் தோன்றும். இந்த இடத்தில்தான் இது தோன்றும் என்றில்லை. அந்த ரணக்கட்டியை மருந்து கொடுத்து சரி செய்தாலும், அந்த இடத்தில் அழியாது வடு தோன்றும்.

இப்பொழுது மருத்துவர்கள், சந்நியாசியின் உடலில் காணப்படும் வடுக்கள் எல்லாம் சிப்பிலிஸ் நோய் தாக்கத்தினால்தான் ஏற்பட்டனவா என்று முடிவுசெய்ய வேண்டும். அதுவும் குறிப்பாக அந்த கருட மூக்கின் தோற்றம் எதனால் ஏற்பட்டது என்று நீதிமன்றத்தில் சொல்லியாகவேண்டும்.

நிபுண சாட்சிகளாக வந்த அந்த மூன்று மருத்துவர்களும் சந்நியாசியின் மூக்கின் எலும்பில் தேவையற்ற வளர்ச்சி காணப்படுவதை உறுதி செய்தனர். ஆனால், எதனால் அவ்வாறு வளர்ந்திருக்கிறது என்று டென்ஹாம் வைட்டும் மேஜர் தாமஸும் சொல்லவில்லை. எங்காவது அடிபட்டுகூட மூக்கின் எலும்பு வீக்கம் அடைந்திருக்கலாம் அல்லது சிப்பிலிஸ் நோயினால்கூட இது ஏற்பட்டிருக்கலாம் என்றனர். ஆனால் கர்னல்

சாட்டர்ஜி, இந்த வீக்கம் கண்டிப்பாக சிப்பிலிஸ் நோயினால்தான் ஏற்பட்டிருக்கும் என்று திட்டவட்டமாக கூறினார். அதற்கு ஆதாரமாக 'தாமஸ் அன் மையில்ஸ்' என்ற 'மேனுவல் ஆஃப் சர்ஜரி' புத்தகத்திலிருந்து மேற்கோள் காட்டினார்.

நீதிபதி அனைத்து மருத்துவர்களையும் தன்னுடைய தனிப்பட்ட அறைக்கு வரச் சொன்னார். சந்நியாசி, நீதிபதியின் அறைக்கு கூட்டி வரப்பட்டார். கூடவே வழக்கறிஞர்களும் சென்றனர். சந்நியாசி ஒரு மேஜை மீது படுக்க வைக்கப்பட்டார். டாக்டர் டென்ஹாம் வைட், சந்நியாசியின் பிஜத்தை மூன்று முறை அழுத்தினார். மற்றவர்களாக இருந்தால் ஒரு அழுத்தத்துக்கே வலி தாங்கமுடியாமல் அழுது இருப்பார்கள். ஆனால், சந்நியாசி ஒன்றும் நடக்காதது போல் இருந்தார். சிப்பிலிஸ் கண்டவர்களின் முக்கிய அறிகுறியே பிஜத்தில் அழுத்தம் ஏற்பட்டால் வலி ஒன்றும் இருக்காது என்பதுதான்.

மேலும், நாக்கில் ஏற்பட்ட வெடிப்பு, அவர் கால் விரல்களுக்கு இடையில் காணப்படும் ரண வடு (மருத்துவப் பெயர், Rhagades), அழுத்தத்துடனும் சத்தத்துடனும் அவர் வெளியிடும் மூச்சுக்காற்று ஆகியவை சிப்பிலிஸ் நோய் கண்டவர்களுக்குத்தான் ஏற்படும் என்று நீதிமன்றத்தில் விளக்கினார் கர்னல் சாட்டர்ஜி.

மேஜோ குமாரின் ஆண்குறியில் ஒரு குறிப்பிட்ட இடத்தில் மச்சம் இருந்தது. ஆனால், இதை யார் உறுதிபடுத்துவார்கள்? அதற்காக ஒருவர் வந்தார். அவர் வந்ததும், எப்போதும் இருந்ததை விட நீதிமன்றம் கூடுதல் சலசலப்புக்கு ஆளானது. நீதிமன்றத்தில் அந்த விவகாரத்தைக் குறித்து சாட்சி சொல்ல வந்தது வேறு யாரும் இல்லை, நடன மங்கை எலோகேஷி தான். அப்போது அவளுக்கு சுமார் 35 வயது இருக்கும். சாட்சிக் கூண்டில் எலோகேஷி ஏறினாள். அவளிடம் கேள்வி கேட்கப்பட்டது. அவளும், ஆமாம் அது உண்மைதான் என்றாள். எலோகேஷியின் சாட்சியத்தை ஊர்ஜிதப் படுத்தும் வகையில் மேஜோ குமாரை வளர்த்த

வேலைக்காரர்களும் நீதிமன்றத்துக்கு வந்து சாட்சியம் சொன்னார்கள். ஆமாம், மச்சம் உண்மைதான்.

சந்நியாசியிடம் அந்த மச்சம் இருக்கிறதா? நீதிபதி அதை ஊர்ஜிதப்படுத்திக்கொள்ள வேண்டுமே! சந்நியாசியும் மருத்துவரும் நீதிபதியின் தனியறைக்கு அழைத்து வரப்பட்டனர். ஆம், குறிப்பிட்ட இடத்தில் மச்சம் இருந்தது. நீதிபதி, மேஜோ குமாரின் மச்சத்தைப் பரிசோதித்துவிட்டு, மீண்டும் நீதிமன்றத்துக்குள் நுழைந்தார். ஆம், மச்சம் காணப்பட்டது என்று அவர் அறிவித்ததுதான் தாமதம். அங்கிருந்தவர்களெல்லாம் 'ஹோ'வென்று கத்த ஆரம்பித்துவிட்டார்கள்.

அடுத்த நாள் செய்தித்தாள்களில், நீதிமன்றத்தில் நடந்த சுவாரஸ்யமான செய்திகள் விரிவாக இடம் பெற்றிருந்தன. வரவேற்பு காரணமாக, வழக்கத்தைவிட கூடுதல் பிரதிகள் அச்சிட வேண்டியிருந்தது.

●

இறுதியாக, சாட்சியங்களின் அடிப்படையில் நீதிபதி ஒரு பட்டியல் தயாரித்தார். மேஜோகுமாருக்கும் சந்நியாசிக்குமான ஒற்றுமை/வேற்றுமை பட்டியல் அது.

வ. எண்	அடையாளக் குறி	மேஜோ குமார்	சன்னியாசி
1	நிறம்	சிவப்பு நிறம்	சிவப்பு நிறம்
2	தலை முடி	பழுப்பு நிறம்	பழுப்பு நிறம்
3	முடியின் தன்மை	சுருட்டை	சுருட்டை
4	மீசை	தலை முடியை விட மெலிதானது	தலை முடியை விட மெலிதானது
5	கண்கள்	பழுப்பு நிறம்	பழுப்பு நிறம்
6	உதடு	கீழ் உதட்டின் வலது புறத்தில் ஒரு வளைவு காணப்படுகிறது	கீழ் உதட்டின் வலது புறத்தில் ஒரு வளைவு காணப்படுகிறது
7	காது	காது மடல் ஒரு கோணத்தில் கூர்மையாக இருக்கிறது	காது மடல் ஒரு கோணத்தில் கூர்மையாக இருக்கிறது

8	குரல்வளை முடிச்சு	மிகவும் தெளிவாகத் தெரிகிறது	மிகவும் தெளிவாகத் தெரிகிறது
9	காதின் கீழ்புறம் தொங்கும் சதை	கண்ணத்திற்கு நெருக்கமாக இல்லை. மேலும் துளை போடப்பட்டுள்ளது	கண்ணத்திற்கு நெருக்கமாக இல்லை. மேலும் துளை போடப்பட்டுள்ளது
10	மேல் இடது மோலார் பல் வரிசை	உடைந்து காணப்பட்டது	உடைந்து காணப்பட்டது
11	கைகள்	சிறியது	சிறியது
12	இடது கை நடு விரல், ஆள் காட்டி விரல்	வலது கையுடன் சமமாக இல்லை	வலது கையுடன் சமமாக இல்லை
13	வலது கண் இமைக்குக் கீழே ஒரு சதை வளர்ச்சி	இருந்தது	இருந்தது
14	பாதத்தின் மேல் புறம்	செதில் செதிலாக மடிப்பு களுடன் காணப்பட்டது, ஷுவின் அளவு – 6	செதில் செதிலாக மடிப்பு களுடன் காணப்பட்டது, ஷுவின் அளவு – 6
15	இடது கணுக்காலின் மேல் தாறுமாறாக ஒரு தழும்பு	இருக்கிறது	இருக்கிறது
16	சிப்பிலிஸ்	இருந்தது	இருந்தது (எதிர்தரப்பு ஏற்றுக்கொள்ளவில்லை)
17	சிப்பிலிஸால் ஏற்பட்ட வடுக்கள்	இருந்தது	இருந்தது (எதிர்தரப்பு ஏற்றுக்கொள்ளவில்லை)
18	தலையிலும் முதுகிலும் கொப்பளங்கள் இருந்ததற்கான அடையாளம்	இருந்தது	இருந்தது
19	கவட்டியில் அறுவை சிகிச்சை செய்ததற்கான அடையாளம்	காணப்பட்டது	காணப்பட்டது
20	வலது கையில் புலி நகம் பதிந்த அடையாளம்	காணப்பட்டது	காணப்பட்டது
21	ஆண் குறியில் ஒரு சிறிய மச்சம்	காணப்பட்டது	காணப்பட்டது

இந்த வழக்கு நடந்த நேரத்தில் கைரேகைவியல் நிபுணத்துவம் அடைந்திருந்த போதிலும், வழக்கில் பயன்படுத்தப்படவில்லை. காரணம் சந்நியாசியின் கைரேகையை ஒப்பிட்டுச் சொல்வதற்கு மேஜோ ராஜாவின் கைரேகை கிடைக்கவில்லை. இப்போது இருப்பது போன்று டிஎன்ஏ-வை வைத்து உண்மையைக் கண்டுபிடிக்கும் முறை அன்று இருந்திருந்தால், பாவல் சந்நியாசியின் வழக்கு எளிதாக முடிந்துபோயிருக்கும்.

சாட்சியங்கள் சந்நியாசிக்கு ஆதரவாக இருந்தாலும் பிபாவதியின் வழக்கறிஞரான சௌத்ரி விடுவதாக இல்லை. சரி, மேஜோ ராஜாதான் சந்நியாசி என்றால், அவர் எதற்கு பன்னிரண்டு ஆண்டுகள் சும்மாயிருக்க வேண்டும் என்ற கேள்வியை நீதிமன்றத்தில் எழுப்பினார். அவர் உயிருடன் இருந்திருந்தால் எப்போதோ அரண்மனைக்கு திரும்பி இருக்கவேண்டும், அப்படி இல்லாமல் 12 ஆண்டு காலம் கழித்து வருவது ஏன்? நல்ல கேள்விதான். அதற்கான பதிலாக, சந்நியாசியின் வழக்கறிஞர் சாட்டர்ஜி சொன்னது - அம்னீசியா.

அம்னீசியாவைப் பற்றி சந்நியாசி தன்னுடைய வாக்குமூலத்தில் சொன்னதாவது, 'நான் காட்டில் மலைப்பகுதியில் ஏதோ ஒரு குடிலில் இருந்தேன். என்னை நான்கு சாதுக்கள் கவனித்துக் கொண்டார்கள். என்னால் அவர்களுடன் பேச முடியவில்லை. பல நாள்கள் கழித்து, என்னை அவர்களுடன் வரும்படி கூறினர். நான் எங்கு சென்றேன் என்று நினைவில்லை. ரயில் எங்கெங்கோ பல இடங்களுக்கு சென்றதாகத் தோன்றுகிறது. நாள்கள் மாதங்கள் ஆயின, மாதங்கள் வருடங்களாயின. எனக்கு என்னுடைய குரு ஒருநாள் தீட்சை வழங்கினார். நான் அப்போது அவரிடம், 'நான் யார்? எங்கிருந்து வந்தேன்?' என்றேன். அதற்கு அவர், 'தகுந்த காலம் வரும்போது நான் உன்னை உன் வீட்டுக்கு அனுப்பி வைக்கிறேன்' என்றார். மேலும், என்னுடைய குரு, நான் மாயை கலைந்து திரும்பினால் என்னை சந்நியாசத்தில் சேர்த்துக் கொள்வதாகக் கூறினார். அதற்குப் பிறகு நான் யோகி ஆக முடியும் என்றார்.

நான் டாக்காவுக்குச் சென்று, அங்கு சில மாதங்கள் தங்கினேன். பின்னர் அங்கிருந்து ஜெய்தேபூருக்குச் சென்றேன். பிறகு, எனக்குக் கொஞ்சம் கொஞ்சமாக நினைவு திரும்பியது.'

இது கட்டுக்கதை என்றார் பிபாவதியின் வழக்கறிஞர். சந்நியாசியின் கூற்றை நிரூபிக்க, நீதிமன்றத்தின் ஆதாரங்கள் கொண்டுவரப்பட்டன. பல மருத்துவர்களும் மனோதத்துவ அறிஞர்களும் சாட்சிகளாக விசாரிக்கப் பட்டனர். வாதியின் சார்பில் லெஃப்ட்டினண்ட் கர்னல் ஹில் என்பவர் விசாரிக்கப்பட்டார். இவர் ஒரு எம்.டி. மேலும் இவர் ராஞ்சியில் உள்ள ஐரோப்பிய மன நலக் காப்பகத்தில் சூப்பிரண்டண்டாக 30 வருடகாலம் பணியாற்றி இருக்கிறார். ஆயிரக்கணக்கான நோயாளிகளுக்குச் சிகிச்சை அளித்திருக்கிறார்.

பிரதிவாதியின் தரப்பில் மேஜர் துன் ஜிபாய் எம்.பி.பி.எஸ் அவர்களும், மேஜர் தாமஸ் அவர்களும் விசாரிக்கப்பட்டனர். இவ்விரண்டு மருத்துவர்களுமே, திடீர் அதிர்ச்சிக்கு (shell shock) உள்ளான நோயாளிகளுக்கு மருத்துவம் அளித்திருப்பதாக தெரிவித்தனர். மேஜர் துன் ஜிபாய், டாக்டர் டெய்லர் எழுதிய 'Readings in Abnormal Psychology and Mental Hygiene' என்ற புத்தகத்திலிருந்து மேற்கோள் காட்டி, ஒருவருக்கு விபத்தோ உடம்பில் எந்தவிதக் கோளாறோ இல்லாத போதும், 'அம்னீசியா' ஏற்படக்கூடும் என்றார். இந்த ஞாபக மறதியில் பல விதங்கள் உள்ளன என்றும், அவற்றுக்குப் பல மருத்துவப் பெயர்கள் உள்ளன என்றும் தெரிவிக்கப் பட்டது. இந்த மாதிரி ஞாபக மறதி, ரிக்ரஷனில் தொடங்கி டபுள் அல்லது மல்டிப்பிள் பெர்ஸினாலிட்டி டிஸ்ஆர்டராகவோ மாறும் என்றார்கள்.

•

இங்கிலாந்தில், ரிக்ரஷன் தொடர்பாக ஒரு பிரபல சம்பவம் நடைபெற்றது. ஹானா என்று ஒரு பாதிரியார் இருந்தார். அவர் திடீரென்று ஒரு நாள், காலையில் பிறந்த குழந்தை போன்று நடந்துகொள்ள ஆரம்பித்துவிட்டார். அவருடைய அறிவாற்றல் மறைந்துபோனது. முந்தைய

நினைவுகள் எதுவும் இல்லை. இது ஒரு குழந்தை நிலை என்று மனோதத்துவர்கள் குறிப்பிடுகிறார்கள். இந்த ரிக்ரஷன் பற்றிய விவரங்கள் Sidis and Goodhart எழுதிய 'Multiple Personality' என்ற புத்தகத்தில் இருக்கிறது.

ஞாபக மறதியில் இன்னொரு வகை, டபுள் பர்சனாலிட்டி அல்லது டிஸ்அஸோஸியேசன். அதாவது, ஒருவர் சாதாரணமானவராகத்தான் இருப்பார். ஆனால், அவருக்கு, தான் யார் என்ற உணர்வு இருக்காது. இது போன்ற நபர்களைப் பற்றி பேராசிரியர் ஜேனட் (Pierre Janet) என்பவர் புத்தகமாகத் தொகுத்து வெளியிட்டிருக்கிறார். ஒரு விசித்திரமான குறிப்பு, அந்தப் புத்தகத்தில் இடம்பெற்றிருக்கிறது. இங்கேயும் மறதிக்கு ஆளானவர் ஒரு பாதிரிதான். அவர் அமெரிக்க நாட்டைச் சேர்ந்தவர். அவர் பெயர், ஆன்சல் பவுர்னி. அவர் திடீரென்று ஒருநாள் வீட்டைவிட்டு எங்கோ சென்றுவிட்டார். பின்னர், நூறு மைல்களுக்கு அப்பால் பென்ஸில்வேனியா மாநகரத்தில் 'பிரவுன்'என்ற பெயரில் ஒரு பெட்டிக்கடை நடத்தி வந்தார்.

ஜேனட் எழுதிய 'Major symptoms of Hysteria' என்ற புத்தகத்திலிருந்து மேலும் ஓர் எடுத்துக்காட்டு கொடுக்கப்பட்டது. ஒரு மனிதன் தான் யார் என்பதை மறந்துவிட்டு, ஒவ்வொரு நாளும் ஒவ்வொரு தொழிலைச் செய்து வந்தான். பின்னர், நான்கு மாதங்கள் கழிந்து அவன் பழைய நிலைக்குத் திரும்பினான். ஆனால், இடைப்பட்ட காலத்தில் தான் என்ன செய்து வந்தோம் என்ற எந்த ஞாபகமும் அவனுக்கு இல்லை.

•

இந்தக் கதைகளை விவரித்து சந்நியாசியை நியாயப்படுத்த முயன்றபோது, பிரதிவாதி சார்பில் சாட்சியம் அளித்த மருத்துவர்கள் ஒப்புக்கொள்ளவில்லை. சந்நியாசி தன்னுடைய சுற்றுப் பயணத்தின் முதல் ஆண்டில் டார்ஜிலிங்கிலிருந்து காசிக்குச் சென்ற சமயத்தில் ரிக்ரஷனில் இருந்தது உண்மையானால், அது டிஸ்அசோசியேஷன் இல்லாமல் ஏற்பட்டிருக்க வாய்ப்பில்லை என்றனர். இரண்டாவதாக, சந்நியாசி

தன்னுடைய இரண்டாம் பர்சனாலிட்டியை இழந்து முதல் பர்சனாலிட்டியைப் பெற்றார் என்றால், அவருக்கு இரண்டாம் பர்சனாலிட்டியின் நினைவு இருக்காது. மூன்றாவதாக டிஸ்அசோசியேஷன் எல்லோருக்கும் சாதாரணமாக வராது. நரம்பு வியாதி, இழுப்பு /வலிப்பு இருப்பவர்கள் அல்லது ஹிஸ்டீரியா நோயாளிகளுக்குத்தான் வரும் என்று மேஜர் தாமஸூம் மேஜர் துன் ஜிபாயும் தெரிவித்தனர்.

மேஜர் தாமஸ் மற்றும் மேஜர் துன் ஜிபாய் ஆகியோர் சொன்ன கருத்துகளை எதிர்த்தார், லெப்டினண்ட் கர்னல் ஹில். மற்ற மருத்துவர்களைவிட டாக்டர் ஹில்ஸூக்குத்தான் மனநோயாளிகளுக்குச் சிகிச்சை அளித்த அனுபவம் அதிகம் இருக்கிறது. அவர் நீதிமன்றத்தில் அளித்த வாக்குமூலத்தில், சந்நியாசி குழந்தை நிலையில் இருந்ததாக எங்கேயும் குறிப்பிட வில்லை என்றார். அவருக்கு மரம், மலை, சாதுக்கள், ரயில்... போன்ற விவரங்கள் தெரிந்திருக்கிறதே தவிர, டார்ஜிலிங்கிலிருந்து காசி வரை என்ன நடந்தது என்று தெரியவில்லை என்றார் ஹில்ஸ்.

இந்த சாட்சியத்தைப் பற்றி நீதிபதி தன் தீர்ப்பில் கீழ்வருமாறு கூறினார்.

‘பாவல் சந்நியாசி வழக்கில் சொல்லப்பட்ட சம்பவங்கள் ஆச்சரியமாக இருக்கின்றன. ஆனால், அதற்காக அந்தச் சம்பவங்கள் நடைபெறவில்லை என்று சொல்ல முடியாது. இப்படியெல்லாம் நடக்குமா என்று பலர் கேட்கலாம். நடக்காது என்று யாராலும் அறுதியிட்டுச் சொல்லமுடியாது. இம்மாதிரி சம்பவங்கள் பல உலகளவில் நடைபெற்றிருக்கிறது என்பதற்குப் பல ஆதாரங்கள் நீதிமன்றத்தில் காட்டப்பட்டன. இரு தரப்பும் அதை ஒப்புக்கொண்டிருக்கின்றன. இது சம்பந்தமாக பல மனோதத்துவவியல் புத்தகங்களில் இருந்து மேற்கோள்கள் காட்டப்பட்டுள்ளன. குறிப்பாக, டாக்டர் டெய்லரின் அப்னார்மல் சைக்காலஜி பல ஆதாரங்களை அளிக்கிறது.

ஆக, ஒருவர் இம்மாதிரி மனநிலைக்கு ஆட்படமுடியாது என்று எந்தக் காரணத்தையும் முன்வைக்க முடியாது.

மேஜர் தாமஸ் அல்லது மேஜர் துன்ஜிபாய் சொல்வது போல அம்னீசியா ஒரு குறிப்பிட்ட சூழ்நிலையில்தான் அல்லது ஒரு குறிப்பிட்ட அளவுகோலுக்கு உட்பட்டுதான் வரும் என்பதை ஏற்றுக்கொள்ளமுடியாது. சில நோயாளிகள், தாங்கள் இருக்கும் சூழ்நிலையோடு தங்களை இணைத்துக்கொள்வர். வேறு சிலர், தங்களுடைய குழப்பமான மனநிலையில், தாங்கள் இருக்கும் சூழ்நிலையோடு ஒட்டாமல் வாழ்வர். இவ்விரு வேறுபாட்டு நிலைகளுக்கு நடுவில், பலதரப்பட்ட மனநிலை கொண்ட மனிதர்கள் இருக்கிறார்கள்.

முதல் உலக யுத்தத்துக்குப் பிறகு Disassociation, Regression போன்ற மன நோய்களால் பல போர் வீரர்கள் அவதிப்பட்டனர். போர் வீரர்களுக்கு ஏற்பட்ட இந்தப் பாதிப்பு War Neuroses என்று அழைக்கப்பட்டது. இவர்களைக் குணப்படுத்துவதற்கென்றே சிறப்பு மருத்துவமனைகள் தொடங்கப்பட்டன. பாதிக்கப்பட்ட போர் வீரர்களுக்கு அவர்களுடைய பெயர், ஊர், அவர்களுடைய ரெஜிமண்ட் / பட்டாலியன் எதுவும் நினைவில் இல்லை. போருக்கு முன்பு அவர்கள் எப்படி வாழ்ந்தார்கள், அவர்களுக்குத் திருமணம் ஆகிவிட்டதா இல்லையா எதுவும் சொல்லமுடியவில்லை. இருப்பினும், தாங்கள் சார்ந்திருந்த சூழ்நிலையைப் புரிந்து அவர்களால் வாழமுடிந்தது. அவர்கள் தங்களைச் சுற்றியிருந்தவர்களிடம் சகஜமாகப் பேசினார்கள். மற்றவர்களைப்போல எல்லாப் பொருள்களையும் பயன்படுத்தினர். புதிதாக யாராவது இவர்களைப் பார்த்தால், அவர்களால் இந்த போர்வீரர்கள் அம்னீசியா நோயாளிகள் என்று அடையாளம் கண்டுகொள்ள முடியாது.

மேற்சொன்ன சம்பவங்களைப் பற்றி தெரிந்து கொள்ளும்போது நமக்கு வியப்பாக இருக்கிறது. அம்னீசியா நோயாளிகளை வகைப்படுத்தமுடியும். அம்னீசியா நோயாளிகளெல்லாம் ஒரே மாதிரியானவர்கள் என்று சொல்ல முனைவது ஏற்புடையது ஆகாது. இவர்களைச் சட்டத்துக்கு

ஆட்படுத்தமுடியாது. சில அம்னீசியா நோயாளிகளுக்கு நினைவு திரும்புவதற்கு சில மாதங்கள் ஆகும். சிலருக்கு வருடக்கணக்கில் ஆகும். சிலருக்கு நினைவு திரும்பவே திரும்பாது. இந்த வழக்கில் சந்நியாசிக்கு நினைவு திரும்புவதற்கு 12 ஆண்டுகள் ஆகியிருக்கிறது.

இந்த வழக்கில், பிபாவதி தரப்பில் நிரூபணம் செய்ய வேண்டிய விஷயம் என்னவென்றால், டார்ஜிலிங்கில் தொடங்கி இந்த வழக்கு விசாரணை நடக்கும் வரை உள்ள காலத்தில் சந்நியாசிதான் மேஜோ குமார் என்பதை அடையாளப்படுத்தவில்லை. மாறாக, சந்நியாசி மேஜோ குமாராக இருக்கமுடியாது என்பதை நிரூபிக்கவேண்டும். அப்படி முடியவில்லையென்றால், டார்ஜிலிங்கிலிருந்து டாக்காவரை நடந்த சம்பவங்களில் காட்டப்படும் சிறு சிறு முரண்பாடுகள் வழக்கில் எந்தப் பாதிப்பையும் ஏற்படுத்தப் போவதில்லை.

வாதியின் தரப்பில் கொடுக்கப்பட்ட சாட்சியங்களைச் சந்தேகிப்பதற்கில்லை. சந்நியாசிக்கு 12 ஆண்டு காலம் அம்னீசியா இருந்தது என்பது ஏற்றுக்கொள்ளப்படுகிறது. அதனால்தான் மேஜோ குமார் உயிரோடு இருந்தும், அவரால் அரண்மனைக்குத் திரும்ப முடியவில்லை.'

●

சந்நியாசிக்கு அம்னீசியா இருந்தது என்று முடிவாகி விட்டது. பிறகென்ன வழக்கை முடித்துவிட்டு தீர்ப்பு சொல்லவேண்டியதுதானே என்கிறீர்களா?

ஆனால், தீர்ப்பு சொல்வதற்கு முன்னர், நீதிமன்றம் மற்ற சில விவகாரங்களை அலச வேண்டியிருந்தது. சந்தேகத்தின் பேரில் தீர்ப்பு கூறுவது ஏற்புடையதாகாது. இப்படியும் இருக்கலாம், அப்படியும் இருக்கலாம் என்று பத்தாம்பசலித்தனமாகத் தீர்ப்பு சொல்ல முடியாது. ஐயமின்றி நிரூபித்தாகவேண்டும். வக்கீல் சௌத்ரி, சந்நியாசி மேஜோ குமாராக இருக்கமுடியாது, அவர் போலி என்பதை நிரூபிக்கும் விதத்தில் சில சாட்சியங்களையும் வாதங்களையும் முன் வைத்தார். அவற்றையும் பார்த்துவிடுவோம். அப்போதுதான் வழக்கு முழுமை பெறும்.

பிபாவதி தரப்பில் சொல்லப்பட்ட விஷயம் இது. 1909 மே 8ல், டார்ஜிலிங்கில் மழை பெய்தது என்று சந்நியாசியும் அவருக்கு ஆதரவாக சாட்சியம் அளித்த சாதுக்களும் சொன்னது பொய். அன்று மழையே பெய்யவில்லை. இந்த வாதம் எதிர்கொள்ளப்பட்டது. 'மழை பெய்ததற்கான ஆதாரம் வானிலை ஆய்வு மையத்தின் மழைப் பதிவேடுகளில் இருக்கிறது' என்றார் சந்நியாசியின் வழக்கறிஞர் பி.சி. சாட்டர்ஜி. ஓர் ஊரில் இரண்டு மூன்று இடங்களில் எவ்வளவு மழை பெய்திருக்கிறது என்று அங்குள்ள மழைப் பதிவேடுகளில் பதிவு செய்யப்படும். நீதிபதி டார்ஜிலிங்கில் மழையைப் பதிவு செய்யும் அனைத்து இடங்களுக்கும் சம்மன் அனுப்பி, 1909 மே 8 அல்லது 9ம் தேதியில் எவ்வளவு மழை பதிவாகியிருக்கிறது என்ற அறிக்கையைக் கோப்புகளிலிருந்து நீதிமன்றத்துக்கு அனுப்பி வைக்குமாறு சம்மனில் கேட்டுக்கொண்டார்.

டார்ஜிலிங்கில் சுமார் ஆறு இடங்களில் மழை கணக்கிடப்படுகிறது. அவை பின்வருமாறு :

1) புனித ஜோசப் கல்லூரி

2) புனித பால் பள்ளிக்கூடம்

3) தாவரவியல் பூங்கா

4) டார்ஜிலிங் நகராட்சி அலுவலகம்

5) பிளண்டர்ஸ் கிளப்

6) ஆப்சர்வேட்டரி ஹில்

புனித பால் பள்ளிக்கூடத்தில் பதிவாகும் மழையின் அளவை அரசாங்கம் அவ்வப்போது தன்னுடைய அரசிதழில் வெளியிட்டது. அரசிதழ் குறிப்பின்படி, 1909 மே 4, காலை 8 மணியிலிருந்து மே 12 மாலை 4 மணி வரைக்கும் டார்ஜிலிங்கில் மழை எதுவும் பெய்ய வில்லை. புனித ஜோசப் கல்லூரியின் குறிப்பின்படி, மே 11 மற்றும் 12ம் தேதியன்று மழை பெய்ததாகக் குறிப்பு இருந்தது. அதுவும், அந்தக் குறிப்பில் மே 12 அன்று சுமார் 300 மில்லிமீட்டர் மழை பெய்ததாகக் குறிப்பிடப் பட்டிருந்தது.

புனித ஜோசப் கல்லூரியில் உள்ள வானிலை ஆய்வு மையத்தை, அந்தக் கல்லூரியின் பேராசிரியர் பாதிரியார் பீல் என்பவர் நிர்வகித்து வந்தார். அவர் பாவல் சந்நியாசி வழக்கில் சாட்சியம் அளித்தார். டார்ஜிலிங்கில் மார்க்கெட் அமைந்திருக்கும் இடத்திலிருந்து சுமார் 500 அடி தாழ்வான பகுதியில் புனித ஜோசப் கல்லூரி அமைந்துள்ளது. மேலும், டார்ஜிலிங்கில் முக்கியமான இடமாக கருதப்படும் நார்த் பாயிண்டிலிருந்து சுமார் ஒன்றரை மைல் தொலைவில் கல்லூரி உள்ளது. புனித ஜோசப் கல்லூரியிலோ அல்லது புனித பால் பள்ளிக் கூடத்திலோ மழை பெய்யவில்லை என்றால் டார்ஜிலிங் மார்க்கெட்டிலும், நார்த் பாயின்டிலும் மழை பெய்யாது என்று பேராசிரியர் பீல் திட்டவட்டமாக கூறினார்.

ஆனால், ஜல்பைகுரி மாவட்டதில் (டார்ஜிலிங், ஜல்பைகுரி மாவட்டத்தில் இருக்கிறது) உள்ள அரசாங்கப் பதிவேட்டின்படி குறிப்பிட்ட தேதிகளில், கீழே கொடுக்கப்பட்டிருக்கும் அளவுக்கு மழை பெய்திருந்தது.

மே 5ம் தேதி, 2.41 அங்குல மழை பெய்திருக்கிறது

மே 6ம் தேதி, 4.98 அங்குல மழை பெய்திருக்கிறது

மே 7ம் தேதி, 5.77 அங்குல மழை பெய்திருக்கிறது

மே 8ம் தேதி, 3.36 அங்குல மழை பெய்திருக்கிறது

மே 9ம் தேதி, 1.15 அங்குல மழை பெய்திருக்கிறது

மே 10ம் தேதி, 0.21 அங்குல மழை பெய்திருக்கிறது

மே 11ம் தேதி, 0.79 அங்குல மழை பெய்திருக்கிறது

மே 12ம் தேதி, 2.10 அங்குல மழை பெய்திருக்கிறது

வாதியின் தரப்பில், டார்ஜிலிங் நகராட்சியிலிருந்து 1909ம் வருடத்துக்கான மழைக்கான பதிவேடு வரவழைக்கப்பட்டது. பிரதிவாதியின் தரப்பில், தாவரவியல் பூங்காவில் பதியப்பட்ட மழைக்கான விவரங்கள் அடங்கிய கோப்புகள் நீதிமன்றத்தில் சமர்ப்பிக்கப்பட்டன. தாவரவியல் பூங்கா, டார்ஜிலிங் மார்க்கெட் இருக்கும் இடத்திலிருந்து கீழே தாழ்வான பகுதியில் விக்டோரியா சாலையில் அமைந்துள்ளது.

வானிலை ஆய்வாளர்கள் உள்பட அனைத்துச் சாட்சிகளும் ஒப்புக்கொண்ட ஒரு விஷயம் என்னவென்றால், டார்ஜிலிங் போன்ற மலைப்பாங்கான பிரதேசங்களில் எப்பொழுது வேண்டுமானாலும் மழை பெய்யும். மலைப்பிரதேசங்களில், சமதரையில் உள்ளது போல் பருவக்காற்று அடித்தால்தான் மழை பெய்யும் என்ற கணக்கெல்லாம் இல்லை. மேலும், அனைவரும் ஒப்புக்கொண்ட இன்னொரு விஷயம், மலைப் பகுதிகளிலேயே ஒரு பகுதியில் மழை பெய்யும், ஆனால், சற்றே தொலைவில் உள்ள இன்னொரு இடத்தில் மழைத் தூறல் கூட விழுந்திருக்காது.

இதற்கு ஓர் உதாரணம், மே 12 அன்று டார்ஜிலிங்கில் உள்ள புனித ஜோசப் கல்லூரியிலும் அதன் சுற்று வட்டாரத்திலும் மழை பெய்திருந்தது. ஆனால், புனித பால் பள்ளிக்கூடத்திலும் அதன் சுற்று வட்டாரப் பகுதிகளிலும் மழை இல்லை. பெரும்பாலான மழைப் பதிவேடுகளில் பார்க்கும்போது, மே 8ம் தேதியன்று கார்டு ரோடு ஏரியாவில் மழை பெய்திருப்பதாகக் காட்டப்பட்டிருக்கிறது. ஆனால், கார்டு ரோடு ஏரியாவுக்கு அருகாமையில் சரிசமமான உயரத்தில் அமைந்துள்ள பாசார் ஏரியாவிலோ அல்லது தாவரவியல் பூங்காவிலோ மழை பெய்ததாக நகராட்சி மழைப் பதிவேட்டில் எந்தக் குறிப்பும் இல்லை.

ஆனால், நகராட்சி மழைப் பதிவேட்டைப் பார்க்கும் போது, அதில் சில தில்லுமுல்லுக்கள் நடைப் பெற்றிருப்பது தெரியவந்தது. பதிவேட்டில் தேதிகள் திருத்தம் செய்யப்பட்டிருந்தன.

அதேபோல், தாவரவியல் பூங்காவில் பராமரிக்கப்பட்டு வந்த மழைப் பதிவேடும் நம்பத் தகுந்தாற் போல் இல்லை. தாவரவியல் பூங்காவில் உள்ள மழைப் பதிவேட்டைப் பராமரித்து வந்த குமாஸ்தாவை நீதிமன்றம் சம்மன் செய்தது. அந்த குமாஸ்தா 1908ம் ஆண்டு, தான் வேலைக்குச் சேர்ந்ததாகவும், 1908 டிசம்பர் 8ம் தேதி முதல், மழைப் பதிவேட்டை, தான் பராமரித்து வருவதாகவும் தெரிவித்தார்.

பதிவேட்டில் ஒவ்வொரு வருடத்துக்கும் ஒரு பக்கம் ஒதுக்கப்பட்டிருந்தது. 1903ம் ஆண்டிலிருந்து மழைக்கான பதிவுகள் முதல் பக்கத்திலும், தட்ப வெட்ப நிலைக்கான பதிவுகள் மறு பக்கத்திலும் குறிக்கப்பட்டிருந்தன. 1909ம் ஆண்டு வரை இந்த முறை கடைபிடிக்கப்பட்டு வந்திருக்கிறது. திடீரென்று தட்ப வெட்பநிலைப் பதிவுகள் முதல் பக்கத்திலும், மழைக்கான பதிவுகள் மறுபக்கத்திலும் மாற்றிப் பதியப்பட்டிருந்தன. ஏன் பதிவேடு திடீரென்று மாற்றப்பட்டது என்று கேட்டதற்கு, அந்த குமாஸ்தா, நான் மழை, தட்ப வெட்பம் என்ற தலைப்பை முன்னாடியே எழுதி விடுவேன் என்றும், அதற்கான பதிவுகளை பின்னர் பதிவு செய்வேன் என்றும் பதிலளித்தார்.

நீதிபதி, குமாஸ்தாவிடம், பதிவேட்டின் பதிவுகளில் குறியீடு செய்வதற்காகப் பயன்படுத்தப்பட்ட பேனா மையும் மாறியிருப்பதைச் சுட்டிக்காட்டினார். மேலும், பதிவேட்டில் பயன்படுத்தப்பட்ட மையையும் எழுதப்பட்ட எழுத்துகளையும் பார்க்கும்பொழுது அது சமீபத்தில் எழுதப்பட்டதாகத் தெரியவந்தது.

பதிவேட்டின் ஒவ்வொரு பக்கத்திலும் தாவரவியல் பூங்காவின் க்யுரேட்டர் மேற்பார்வையாளர் தன் கையொப்பத்தை இட்டு முத்திரையிட வேண்டும். ஆனால், பதிவேட்டில் க்யுரேட்டர் கையெழுத்து இல்லை. 1908ம் ஆண்டு முதல் தொடர்ச்சியாக இன்று வரை, தானே பதிவேட்டில் குறிப்பு எழுதி வருவதாக குமாஸ்தா சாட்சியம் அளித்தார். ஆனால், அவருடைய பணிப் பதிவேட்டை பார்த்தால் அவர், 1922ம் வருடம் ஆகஸ்டு 15ம் தேதியிலிருந்து 31ம் தேதி வரை விடுப்பில் சென்றிருந்தது தெரியவந்தது. இருப்பினும், குமாஸ்தா விடுப்பில் சென்ற நாள்களில்கூட அவருடைய கையெழுத்து பதிவேட்டில் காணப்பட்டது.

எனவே, குமாஸ்தாவின் சாட்சியம் நம்பும்படியாக இல்லை. மேலும், மழைப் பதிவேடு உண்மையானதாக இல்லை. அதில் காணப்படும் பதிவுகள் எல்லாம் உட்புகுத்தப்பட்டிருக்கிறன. 1909ம் ஆண்டு, அதற்குப் பிறகு உள்ள வருடங்களுக்கான பதிவேடுகள்

ஜோடிக்கப்பட்டவை, அது உண்மையானதாக இல்லை என்று நீதிபதி முடிவுக்கு வந்தார்.

பிரதிவாதித் தரப்பில், 1908 மே 8ம் தேதி அன்று மழை பெய்யவில்லை என்று ஆணித்தரமாக நிரூபிக்கமுடியவில்லை. சரி, மேஜோ குமார் சாகவில்லை என்றால் இறந்தவர் யார்... அல்லது யாருடைய பிணம் எரிக்கப்பட்டது என்ற கேள்வியை நீதிபதி எழுப்பினார்.

இது ஒன்றும் கொலை வழக்கோ அல்லது கொலை முயற்சி வழக்கோ இல்லை. இருந்தாலும், இந்த வழக்குக்கு மேஜோ குமார் இறக்கவில்லை, அவர் உடல் தீயூட்டப்படவில்லை என்பதை நிரூபித்தாக வேண்டும்.

●

7

நடந்தது என்ன?

நீதிமன்றத்தில் மேஜோ குமாரின் மரணம் அல்லது மரணமாகக் கருதப்படும் சம்பவத்தைக் குறித்து இரு வேறு கதைகள் முன்வைக்கப்பட்டன. ஒன்று, சந்நியாசியின் கூற்று. இன்னொன்று, எதிர் தரப்பான பிபாவதியின் கூற்று.

மேஜோ குமார் டார்ஜிலிங்கில் இருக்கும்போது நல்ல ஆரோக்கியத்துடன்தான் இருந்தார். சிப்பிலிஸ் நோய்க்குக்கூட முறையான மருத்துவ சிகிச்சை எடுத்துக்கொண்டு அந்த நோயிலிருந்து மீண்டார். டார்ஜிலிங்கில் இருக்கும்போது தினந்தோறும் காலையில் போலோ விளையாடச் செல்வார். மாலை வேலைகளில் ஸ்னூக்கர், பில்லியர்ட்ஸ் விளையாடுவார்.

சந்நியாசி நீதிமன்ற சாட்சிக்கூண்டில், மேஜோ குமாருக்கு டார்ஜிலிங்கில் என்ன நடந்தது என்ற விவரத்தைப் பின்வருமாறு தெரிவித்தார்:

‘1908 மே 5ம் தேதி எனக்கு வாயுத் தொல்லை அதிகமாக இருந்தது. என்னுடைய மைத்துனன் சத்திய பாபு, மருத்துவக் கல்லூரி மாணவன், அஷுதோஷ் குப்தாவை எனக்கு வைத்தியம் பார்க்கும்படி அனுப்பி வைத்தான். (அஷுதோஷ் குப்தாவும், ஜெய்தேபூரிலிருந்து மேஜோ குமாருடன் டார்ஜிலிங் வந்த கும்பலில் ஒருவன். அவனுடைய தந்தைதான் ஜெய்தேபூர் அரண்மனையின் மருத்துவர்).

மே 6 அன்று எனக்கு வாயுத் தொல்லையுடன் வயிற்று வலியும் ஏற்பட்டது. நான் வலிதாங்காமல் கோபப் பட்டேன், அனைவரிடமும் எரிந்து விழுந்தேன். (மேஜோ குமார் சாதாரணமாகவே கோபக்காரர், முரடர். தன்னுடைய வயிற்று வலியின் காரணமாக அவர் அனைவரிடமும் கடிந்துகொண்டார். அவருடைய மனைவி பிபாவதி ஏதும் பேசாமல் பயந்து போய், பங்களாவின் ஓர் அறையில் தனியே இருந்தார். பிபாவதிக்கு இரண்டு ஆயாக்கள்தான் பேச்சுத் துணைக்கு. சத்திய பாபு, பிபாவதிக்குத் துணையாக அரண்மனையிலிருந்து யாரையும் கூட்டி வரக்கூடாது என்று சொல்லியிருந்தார்).

எனக்கு வைத்தியம் செய்வதற்கு ஐரோப்பிய மருத்துவர் ஒருவர் வந்தார். ஐரோப்பிய மருத்துவர் எழுதிக் கொடுத்த மருந்தை நான் இரண்டு நாள் உட்கொண்டேன். ஆனால் 7ம் தேதி, ஆஷு பாபு ஒரு கண்ணாடிக் குடுவையில் ஏதோ ஒரு மருந்தை கொண்டுவந்து என்னை சாப்பிடும்படி கட்டாயப்படுத்தினான். அந்த மருந்தை வாங்கி நான் வாயில் ஊற்றிக்கொண்டேன். அவ்வளவுதான், ஒரே நெஞ்செரிச்சல். எரிச்சல் தாங்கமுடியாமல் அலறினேன். ‘ஆஷு நீ எனக்குக் குடிப்பதற்கு என்ன கொடுத்தாய்?’ என்று கத்தினேன். எரிச்சல் தாங்கமுடியாமல் குடித்த மருந்தை வாந்தி எடுத்தேன். வாந்தி எடுப்பது தொடர்ந்தது. நிற்கவே இல்லை.

அடுத்த நாள் 8ம் தேதியன்று, மலம் கழிக்கும்போது ரத்தப் போக்கு ஏற்பட்டது. பிறகு சிறிது நேரத்துக்கெல்லாம் சுய நினைவிழந்து மயங்கிவிட்டேன். அதற்குப் பிறகு எனக்கு என்ன நடந்தது என்று தெரியவில்லை.’

அதன் பின்னர் என்ன நடந்தது என்று, தான் விசாரித்துத் தெரிந்துகொண்ட விவரங்களை சந்நியாசி தன்னுடைய வழக்குக்கான பிராதில் பின்வருமாறு தெரிவித்திருக்கிறார்:

'மே 8 , சனிக்கிழமை 6 மணியளவில் நான் இறந்ததாக நினைத்துக்கொண்டு, ஈமக் காரியங்கள் செய்ய அன்று இரவே 7 மணியிலிருந்து 8 மணி அளவில் என்னைச் சுடுகாட்டுக்குத் தூக்கிச் சென்றிருக்கிறார்கள். சுடுகாட்டுக்குச் செல்லும் வழியில் இடி மின்னலுடன் கூடிய பலத்த மழை பெய்திருக்கிறது. பலத்தக் காற்று வீசியிருக்கிறது. இந்த இயற்கை சீற்றத்தைத் தாக்குப் பிடிக்கமுடியாமல் என்னைத் தூக்கி வந்தவர்கள் என்னை வழியிலேயே விட்டுவிட்டனர்.

அந்தச் சூழ்நிலையில், அருகிலிருந்த நான்கு சாதுக்கள் நான் முனங்குவதைக் கேட்டு என்னைத் தூக்கிவந்து அடைக்கலம் கொடுத்திருக்கிறார்கள். பின்னர், எனக்குத் தகுந்த மருத்துவ சிகிச்சை அளித்து காப்பாற்றி இருக்கிறார்கள்.

இதற்கிடையில், என்னைச் சுடுகாட்டுக்குத் தூக்கி வந்த நபர்கள் என்னைக் காணாமல் வீட்டுக்குச் சென்று விட்டார்கள். பிறகு அடுத்த நாள் காலை, வேறொரு பிணத்தைத் தூக்கி வந்து, என்னுடைய உடம்பை தேடிக் கண்டுபிடித்துவிட்டதாகக் கூறி, மறுபடியும் சுடுகாட்டுக்குச் சென்று புதிதாகத் தூக்கி வந்த உடம்பை எரியூட்டி இருக்கிறார்கள். அந்த உடம்பு, தலை முதல் கால் வரை துணியால் சுற்றப்பட்டிருந்தது. அதன் முகத்தைக் கூட ஒருவராலும் பார்க்க முடியவில்லை.'

இந்தச் சம்பவங்களைப் பற்றி பிபாவதி தன்னுடைய சாட்சியத்தில் சொன்னதாவது :

'மேஜோ குமார், மே 6ம் தேதி முதல் உடல் நலம் இல்லாமல் இருந்தார். மே 7ம் தேதியன்று அவர் உடல் நிலையில் எந்த முன்னேற்றமும் இல்லை. 8ம் தேதியன்று அவர் உடல் நிலை மோசமடைந்தது. அன்று, டாக்டர் லெப்டினண்ட் கர்னல் ஜான் டெல்ப்பு கால்வெர்ட், மேஜோ குமாருக்குச் சிகிச்சை அளிக்க வந்தார். அவர்,

குமாருக்கு ஊசி போட முனைந்தார். ஆனால், குமார் அதற்கு மறுத்துவிட்டார். குமார் தன்னுடைய படுக்கையறைக்கு அடுத்த அறையில் ஒரு விரிப்பில் படுத்திருந்தார். காலை 8 மணியிலிருந்து 9 மணியளவில் டாக்டர் நிப்பாரன் சந்திர சென் என்பவர் வந்து குமாரைப் பார்த்தார். நான் ஓர் அறையின் கதவருகே நின்று கொண்டிருந்தேன். ஆஷு பாபுவும், சத்திய பாபுவும் குமாருடன் ஏதோ பேசிக்கொண்டிருந்தார்கள்.

பிறகு காலை 10 மணியளவில் குமாருக்கு வாந்தி வந்தது. மதியம் 2 மணியளவில் குமாரின் வயிற்று வலி அதிகமானது. குமாருக்கு ரத்தப் போக்கு ஏற்பட்டது. டாக்டர் கால்வெர்ட்டை அழைத்துவர ஆள்கள் அனுப்பப்பட்டனர். டாக்டர் கால்வெர்டு மாலை 4 மணியிலிருந்து 6 மணிக்குள்ளாக வந்து குமாரைப் பார்த்தார். டாக்டர் கால்வெர்டு, குமாருக்கு உடனடியாக ஊசி போட்டாகவேண்டும் என்று தெரிவித்தார். குமார் அதற்கு ஒப்புக் கொண்டார். ஊசி போட்ட பிறகு குமாரின் வலி குறைந்தது. ஆனால், குமார் ரொம்பவும் சோர்ந்து காணப்பட்டார்.

அதற்குப் பிறகு, சில செவிலியர்கள் வந்து குமாரைப் பார்த்துக்கொண்டனர். குமாரின் உடம்பு சில்லென்று ஆனது. செவிலியர்கள், குமாரின் உடம்பில் ஏதோ பவுடரைப் போட்டுத் தேய்த்துவிட்டனர். டாக்டர் கால்வெர்ட் மாலை 8 மணி வரை இருந்தார். பின்னர், அவர் உணவருந்துவதற்காகச் சென்றுவிட்டார்.

இருட்டிய பிறகு என்னுடைய மாமா சூரிய நாரயண்பாபு, பி.பி.சிர்கார் என்ற ஒரு மருத்துவருடன் குமாரைப் பார்க்க வந்தார். மே 8 நள்ளிரவில் மேஜோ குமார் இறந்து விட்டார். அவர் இறக்கும் தருணத்தில், டாக்டர் கால்வெர்ட் மற்றும் டாக்டர் நிப்பாரான் சந்திர சென் ஆகிய இருவரும் இருந்தார்கள்.'

(டாக்டர் கால்வெர்டு மற்றும் டாக்டர் நிப்பாரனை விசாரிக்கையில், தாங்கள் இரவில் குமாருடன் இருக்கவில்லை என்றும், வீட்டுக்குச் சென்றபிறகு மீண்டும் திரும்பிவந்து குமாரைப் பார்க்கவில்லை என்றும் தெரிவித்தனர்).

பிபாவதி தன்னுடைய சாட்சியத்தில் மேலும் சொன்னதாவது, 'குமார் இறந்த பிறகு, நான் குமாரின் கையைப் பிடித்துக் கொண்டு அழுது கொண்டிருந்தேன்.'

(குமார், டார்ஜிலிங்கில் தங்கியிருந்த Step Aside பங்களாவின் மேற்பார்வையாளரான ராம் சிங் சுபா, பங்களா அருகில் ஒரு வீட்டில் வசித்து வந்தார். அவர் தன்னுடைய சாட்சியத்தில் கூறிய விஷயம் இது.

'நான் லேபாங் ரேஸ் கோர்ஸில் குதிரைப் பந்தயத்தைப் பார்த்துவிட்டு அந்தி சாயும் நேரத்தில் வீடு திரும்பினேன். வரும் வழியில் குமார் தங்கி இருந்த பங்களாவில் அனைத்து விளக்குகளும் எரிந்து கொண்டிருந்தன. அங்கு வீட்டில் பெண்கள் அழுது கொண்டிருந்தனர். நான் பங்களாவுக்குள் நுழைந்து அங்கு உள்ளவர்களை விசாரித்ததில், குமார் சற்று நேரத்துக்கு முன்னர் இறந்து விட்டதாகத் தெரிவித்தனர்.'

ராம் சிங் சுபா மேலும் தொடர்ந்தார். 'நான் 7:30 மணியளவில் பங்களாவின் மாடிக்குச் சென்று பார்த்தேன். அங்கு, முன் அறையில் குமார் தரையில் கிடத்தப்பட்டு இருந்தார். அவர் உடல் முழுதும் ஒரு துணியால் மறைக்கப்பட்டிருந்தது. அங்கு சத்திய பாபு, ஆஷு பாபு, டாக்டர் பி.பி.சிர்கார் மற்றும் பங்களாவின் உறுப்பினர்கள் சிலர் இருந்தனர். அங்கு, பத்து நிமிடம் தலையைக் குனிந்தவாறு இருந்துவிட்டு வராண்டாவின் வழியாக வெளியே வர முற்பட்டேன். அப்பொழுது, ஓர் அறையைக் கடக்க நேர்ந்தது. அந்த அறையின் கண்ணாடிக் கதவின் வழியாக பிபாவதியைப் பார்க்க முடிந்தது. அங்கு அவள் ஓர் இரும்புக் கட்டிலின் மேல் குப்புறப் படுத்துக்கொண்டு அழுதுகொண்டிருந்தார். பிபாவதி இருந்த அறை வெளியில் பாட்லாக் பூட்டால் பூட்டப்பட்டிருந்தது.'

மேற்சொன்ன சாட்சியத்தின் அடிப்படையில் பார்க்கும் போது பிபாவதி உண்மையைச் சொல்லவில்லை என்று தெரிகிறது).

பிபாவதி தன்னுடைய சாட்சியத்தில் மேலும் தொடர்ந்தார். 'மேஜோ குமார் biliary colic காரணமாக

உயிர் இழந்தார். நள்ளிரவு என்பதால் மேஜோ குமாரை அடக்கம் செய்யமுடியவில்லை. மறுநாள் காலை, மேஜோ குமாரின் உடல் ஊர்வலமாக எடுத்துச் செல்லப்பட்டு சுடுகாட்டில் தீயூட்டப்பட்டது. '

இரு தரப்பினரும் தத்தம் நிலைப்பாடுகளை நிரூபிக்க, மொத்தமாக 96 சாட்சிகளை விசாரித்தனர். அந்தச் சாட்சிகளில் முக்கியமானவர், டாக்டர் லெப்டினண்ட் கர்னல் ஜான் டெல்ப்பு கால்வெர்ட். இவர் பிபாவதியின் தரப்புச் சாட்சியாக விசாரிக்கப்பட்டார். டாக்டர் கால்வெர்ட், சம்பவம் நடந்த சமயத்தில் டார்ஜிலிங்கில் சிவில் சர்ஜனாகப் பணியாற்றினார். ஓய்வு பெற்றபிறகு அவர் இங்கிலாந்துக்குச் சென்றுவிட்டார். அவரை இங்கிலாந்து சென்று விசாரிக்க, டாக்கா நீதிமன்றம் ஒரு விசாரணை கமிஷனை ஏற்படுத்தியது. தள்ளாடும் வயதில் டாக்டர் கால்வெர்ட், விசாரணை கமிஷன் முன்னர் ஆஜராகி, 22 வருடங்கள் முன் நடந்த சம்பவங்கள் குறித்துச் சாட்சியம் அளித்தார். டாக்டர் நிப்பாரன் சந்திர சென் என்பவரும் மேஜோ குமாருக்கு வைத்தியம் அளித்த வகையில் பிபாவதியின் தரப்பில் சாட்சியம் அளித்தார்.

மே 8ம் தேதி, மதியம் 12 மணியளவில் மேஜோ குமாருக்கு ரத்தப் போக்கு ஏற்பட்டு உடல் நிலை மோசமடைந்தத் தருணத்தில் டாக்டர் கால்வெர்டும் டாக்டர் நிப்பாரன் சந்திர சென்னும் அவருக்குச் சிகிச்சை அளித்திருக் கின்றனர். இந்த இரண்டு மருத்துவர்களும் மேஜோ குமார் குணமடைய நிறைய மருந்துகள் எழுதிக் கொடுத்தனர்.

டார்ஜிலிங்கில் உள்ள ஸ்மித் ஸ்டெயின்ஸ்டிரீட் அன் கோ (Smith Steinstreet & Co) என்ற மருந்துக்கடையின் பதிவேட்டிலிருந்து திரட்டப்பட்ட விவரங்களின்படி, டாக்டர் கால்வெர்ட் முதலில் எழுதிக் கொடுத்த மருந்துச்சீட்டு, டாக்டர் கால்வெர்டைத் தொடர்ந்து, டாக்டர் நிப்பரான் சென் எழுதிக்கொடுத்த மருந்துகள், டாக்டர்கால்வெர்ட் இரண்டாம் முறை எழுதிக் கொடுத்த மருந்துகள், டாக்டர் சென் மேஜோ குமாருக்காகக் கடைசியாக எழுதிக் கொடுத்த மருந்துகள் ஆகியவை பரிசீலிக்கப்பட்டன.

மேற்சொன்ன மருந்துகள் எதற்காக வழங்கப்பட்டன என்று நீதிமன்றத்தில் விவாதிக்கப்பட்டது. வாதியின் தரப்பில் இரண்டு மருத்துவர்களும், பிரதிவாதித் தரப்பில் இரண்டு மருத்துவர்களும் சாட்சியம் அளித்தனர்.

டாக்டர் மேக் கில்கிறிஸ்ட் என்பவரும் டாக்டர் பிராட்லி என்பவரும் வாதியின் சார்பில் சாட்சியம் அளித்தனர். மேஜர் தாமஸ் மற்றும் கர்னல் டாக்டர் டென்ஹாம் வைட் என்பவரும் பிரதிவாதித் தரப்பில் சாட்சிகளாக விசாரிக்கப்பட்டனர். மருத்துவம் தொடர்பான பல கேள்விகள் கேட்கப்பட்டன. மருத்துவப் புத்தகங்கள் பல அலசி ஆராயப்பட்டன.

பிபாவதித் தரப்பில், பிலியரி காலிக்கால்தான் (biliary colic) மேஜோ குமார் உயிரிழந்தார் என்று சொல்லப் பட்டது. ஆனால், அதற்கு எந்த ஆதாரமும் இல்லை. மேஜோ குமார் உடல் நலம் இல்லாமல் இருந்த சமயத்தில், அவருக்கு பிலியரி காலிக் என்று எந்த மருத்துவரும் தெரிவிக்கவில்லை. மேஜோ குமார் சிகிச்சை பெற்று வந்த நேரத்தில், அந்தப் பெயரை அவர் குடும்பத்தார் யாரும் கேள்விப்படவே இல்லை. மேஜோ குமார் இறந்த பிறகு முதல் முறையாக மே 10ம் தேதியன்று, மேஜோ குமாரின் அண்ணனான மூத்த குமாருக்கு (பாரா குமாருக்கு) டாக்டர் கால்வெர்ட் எழுதிய கடிதத்தில்தான் அது குறிப்பிடப்பட்டு இருப்பதாகப் பிரதிவாதித் தரப்பில் சாட்சியம் அளிக்கப்பட்டது.

ஏன் டாக்டர் கால்வெர்ட், பாரா குமாருக்கு அந்தக் கடிதத்தை எழுதினார் என்று பிரதிவாதித் தரப்பில் சொல்லப்படவில்லை? யார் அந்தக் கடிதத்தை பாரா குமாரிடம் சேர்த்தனர் என்பதற்கும் விளக்கம் இல்லை. சத்திய பாபுவால் இது தொடர்பான சரியான விளக்கம் தர முடியவில்லை.

1921ம் ஆண்டில் சந்நியாசியைப் பற்றி விசாரணை நடத்திய டாக்கா கலெக்டரான நீதாமிடம், சத்திய பாபு, டாக்டர் கால்வெர்டின் கடிதத்தை முதன்முறையாகக் கொடுத்திருக்கிறார். அந்தக் கடிதத்தை சத்திய பாபு

கலெக்டரிடம் கொடுத்ததன் காரணம், மேஜோ குமாரின் இறப்பு எப்படி நிகழ்ந்தது என்ற விவரத்தை டாக்டர் கால்வெர்ட் அதில் தெரிவித்திருந்தார்.

டாக்டர் கால்வெர்ட் நீதிமன்ற விசாரணை கமிஷனிடம் அளித்த சாட்சியத்தில், மேஜோ குமார் ரத்தப் போக்கு ஏற்பட்டு உயிரிழந்தார் என்று தெரிவித்தார். ஆனால், அவர் பாரா குமாருக்கு எழுதிய கடிதத்தில், மேஜோ குமார் பிலியரி காலிக்கால் இறந்ததாக குறிப்பிட்டிருந்தார். டாக்டர் கால்வெர்ட்டின் கூற்றில் முரண்பாடு இருக்கிறது. ஓர் இடத்தில் மேஜோ குமார் இறந்ததற்கான காரணம் பிலியரி காலிக் என்று சொன்ன டாக்டர் கால்வெர்ட், இன்னொரு இடத்தில் ரத்தப் போக்கு என்றார்.

இந்த வழக்கில் பிலியரி காலிக் பற்றி அதிகம் இடம் பெறுவதால், அது குறித்து ஒரு சிறு அறிமுகம் இங்கே அவசியமாகிறது. சாட்சியம் அளித்த நான்கு மருத்துவர்களும் பிலியரி காலிக் பற்றிய தங்களுடைய விளக்கங்களுக்கு ஆதாரமாக 'Price's Treatise' என்ற மருத்துவப் புத்தகத்தையே மேற்கோளாகக் காட்டினர்.

கல்லீரல் வெளிப்படுத்தும் பித்தமானது, ஹெப்பட்டிக் சுரப்பி மூலமாக சிஸ்டிக் சுரப்பியில் சென்று சேருகிறது. பிறகு சிஸ்டிக் சுரப்பி, பித்தநீரை மண்ணீரலுக்கு எடுத்துச்செல்கிறது. சில சமயங்களில் இந்தப் பித்தநீர், சிஸ்டிக் சுரப்பியில் கட்டிப்பட்டு நாளடைவில் கற்களாக மாறிவிடுகிறது. அப்படி சிஸ்டிக் சுரப்பியில் உருவாகும் பெரிய கற்களால் வலது தோள்பட்டையில் தீவிர வலி ஏற்படும். வயிற்றில் வலி ஏற்படாது. வயிற்றுக்கும் பிலியரி காலிக்குக்கும் எந்தத் தொடர்பும் இல்லை. இதனால், உயிரிழப்பு ஏற்படுவது மிகவும் அரிதானது. அறுவை சிகிச்சை மூலமாகத்தான் பிலியரி காலிக் சரி செய்ய முடியும். இந்நோய் ஏற்படுத்தும் வலியைக் குறைப்பதற்காக வேண்டுமானால் பாதிக்கப்பட்டவர் களுக்கு ஓபியம் வழங்கப்படும் .

அனைத்து மருத்துவர்களும் கருத்து ஒத்துச் சொன்ன விஷயம், ஒருவருக்கு பிலியரி காலிக் இருந்தால்

அவருக்கு ரத்தப் போக்கு ஏற்படாது என்பதுதான். காரணம் சிஸ்டிக் சுரப்பியில் உருவான கல்லால் சுரப்பி பாதிக்கப்பட்டு ரத்தம் கசிந்து குடல் வழியாக வெளியேறும். அப்படி வெளியேறும் ரத்தம் சிவப்பாக இருக்காது. கறுப்பாகவும் தார் போன்றுமிருக்கும். காரணம், கல்லின் பாதிப்பால் ஏற்பட்ட ரத்தம் சிறுகுடல் வழியாக பெருங்குடலுக்குச் சென்று, அங்கிருந்து மலக்குடலுக்கு வந்து சேர்வதற்கு சுமார் 25 அடி நீளம் உள்ள குடல்பகுதிகளைக் கடக்கவேண்டும். அப்படிக் கடக்கும் வழியில் மற்ற உணவுகளுடன் ரத்தமும் ஜீரணிக்கப்பட்டு, அதனுடைய கழிவுகள் கறுப்பாகவும் தார் போன்றும் வெளியேறும். மலத்தில் ரத்தம் வெளிப்பட்டால், அது குடலின் கீழ்பகுதி அல்லது ஆசனவாயில் ஏற்பட்ட பாதிப்பால்தான் இருக்குமே தவிர பிலியரி காலிக் இருக்காது.'

மேஜோ குமாருக்கு வைத்தியம் பார்த்த டாக்டர் கால்வெர்டும் மேற்சொன்ன மருத்துவ விளக்கத்தை ஒப்புக்கொண்டார்.

நீதிமன்றத்தில் சாட்சியம் அளித்த நான்கு மருத்துவர்களும், மேலும் இரண்டு விஷயங்களைத் தெளிவுபடுத்தினர். அவை 'மேஜோ குமாருக்கு ஏற்பட்டது வயிற்றுப் போக்கு, வயிற்றுக் கடுப்பு இல்லை. காரணம் மேல்சொன்ன நோய் இருந்தால் இந்த இரு உபாதைகளும் ஏற்படாது. மலச்சிக்கல்தான் ஏற்படும்.'

சத்திய பாபு, ராஜ்பாரி அரண்மனைக்கு மேஜோ குமாரின் நிலைமையைத் தெரிவிப்பதற்காக அனுப்பிய தந்திகளில் எதிலுமே மேஜோ குமாருக்கு பிலியரி காலிக் என்று குறிப்பிடவில்லை. அந்தத் தந்திகள் பின்வருமாறு:

மே 6 காலை 10 மணி. நேற்று இரவு குமாருக்குக் காய்ச்சல் அடித்தது. 99-க்கு கீழ்தான் இருந்தது. இப்போது காய்ச்சல் இல்லை.

மே 6 மாலை 6:45 மணி, குமாருக்குக் காய்ச்சல். தாங்க முடியாத வயிற்று வலி. சிவில் சர்ஜன் குமாரைக் கவனித்து வருகிறார்.

மே 6 மாலை 8:55 மணி, காய்ச்சல் இருந்தது. இரண்டு மணி நேரத்துக்கு மேலாக வயிற்று வலி. இப்பொழுது குறைந்துவிட்டது. கவலைப்பட வேண்டியதில்லை. மறுபடியும் வரும் என்ற பயம் வேண்டாம்.

மே 7 காலை 7:10 மணி குமார் நன்றாகத் தூங்கினார். காய்ச்சலும் இல்லை, வயிற்று வலியும் இல்லை.

மே 8 காலை 11:15 மணி காய்ச்சல் இல்லை, கொஞ்சம் வலி இருந்தது. அடிக்கடி வாந்தி வருவதாகத் தெரிவிக்கிறார். சிவில் சர்ஜன் கவனித்துக் கொள்கிறார். கவலைப்பட வேண்டியதில்லை. உணவாக சாதம் கொடுக்கப்படுகிறது.

மேலும், டாக்டர் கால்வெர்ட் மற்றும் டாக்டர் நிப்பாரன் சந்திர சென், மேஜோ குமாருக்கு எழுதிக் கொடுத்த மருந்துகள் எதுவுமே பிலியரி காலிக் சிகிச்சை தொடர்பானது இல்லை.

டாக்டர் கால்வெர்ட், பெல்லடோனா (Belladona) ஆயின்மென்ட் எழுதிக் கொடுத்திருந்தார். அது, வயிற்று வலி கண்டவர்களுக்கு வயிற்றின் மேல் தடவப்படும் மருந்து.

டாக்டர் கில்கிறிஸ்ட் தன்னுடைய சாட்சியத்தில், மேஜோ குமார் வயிற்றுப் போக்கால் பாதிக்கப்பட்டிருந்தார் என்று வைத்துக்கொண்டால்கூட மருந்துச் சீட்டை பார்க்கும் பொழுது அதற்காக சிகிச்சை எதுவும் அவருக்கு அளிக்கப் படவில்லை என்று தெரிவித்தார்.

மேஜோ குமார் பிலியரி காலிக்கால் இறந்தார் என்பது தவறு.

எனவே, அரசு மருத்துவரான டாக்டர் கால்வெர்ட் நீதிமன்றத்தில் பொய் சாட்சியம் அளித்திருக்கிறார். நீதிமன்றத்தில் பொய்சாட்சி சொல்வதற்கு ஆங்கிலத்தில் perjury என்று பெயர். நீதிமன்றத்தில் பொய் சாட்சியம் அளித்தால் அது சட்டப்படிக் குற்றம். அதற்குத் தண்டனையும் உண்டு.

சத்திய பாபுவுக்கு, மேஜோ குமார் இன்ன காரணத்தினால்தான் இறந்தார் என்று ஓர் ஆதாரம்

தேவைப்பட்டது. அந்தப் போலி ஆதாரம்தான், டாக்டர் கால்வெர்டினால் பாரா குமாருக்கு எழுதப்பட்ட கடிதம்.

அப்படியானால் மேஜோ குமாருக்கு மே 8 அன்று என்ன நடந்தது?

•

மேஜோ குமாருக்கு ஏற்பட்ட அறிகுறிகளை வைத்தும், ஏனைய மருத்துவர்களின் சாட்சியத்தை வைத்தும் மேஜோ குமாருக்கு என்ன நடந்தது என்று நீதிபதி தன்னுடைய தீர்ப்பில் பின்வருமாறு தெரிவித்திருக்கிறார்.

'மேஜோ குமார் முதலில் அஜீரணக் கோளாறால் அவதிப் பட்டிருக்கிறார். பின்னர் அவருக்குத் தாங்கமுடியாத வயிற்று வலி ஏற்பட்டிருக்கிறது. பின்னர் சம்பவம் நடந்த அன்று காலை மேஜோ குமார் வாந்தி எடுத்திருக்கிறார். அதைத் தொடர்ந்து அவருக்கு அடிக்கடி வயிற்றுப் போக்கு ஏற்பட்டிருக்கிறது. அதிகமாக நீர்ச் சத்து வெளியேறியதால் உடல் இயக்கம் பாதிக்கப் பட்டிருக்கிறது. ரத்தப் போக்கு ஏற்பட்டதால் உடல் தடுமாற்றம் ஏற்பட்டு, மேஜோ குமார் சுயநினைவை இழந்திருக்கிறார்.'

மேஜோ குமாருக்கு ஏன் வயிற்றுக் கடுப்பு ஏற்பட்டது?

ஒருவர் வயிற்றில் நச்சுப் பொருள் உட்புகுந்தால் வயிற்றுக் கடுப்பு ஏற்படும். நச்சுத்தன்மை கொண்ட பொருள்களால் குடல் சுவர்கள் எரிச்சல் அடைந்து வீக்கமடையும். குடல் தீவிர அதிர்ச்சிக்குள்ளான காரணத்தால்தான் ரத்தப் போக்கு ஏற்படும். கூடவே நரம்பு மண்டலம் அதீதமாகத் தூண்டப்படுவதால் தாங்க முடியாத வலி ஏற்படும். இந்த அறிகுறிகள் அனைத்தும் ஒருவருக்கு இருந்தால், அவர் நிச்சயமாக ஏதோ நச்சுத் தாக்குதலுக்கு ஆளாகியுள்ளார் என்று அர்த்தம்.

நச்சுப்பொருள் இயற்கையாக கிடைக்கக் கூடிய தாவர வகையைச் சேர்ந்ததாகவும் இருக்கலாம் அல்லது ரசாயனப் பொருளாகவும் இருக்கலாம்.

ஆஷு பாபு மேஜோ குமாருக்குக் குடிக்கக் கொடுத்தது ஆர்ஸனிக் என்னும் நச்சுப் பொருள். ஆர்ஸனிக்கை

உட்கொண்டதால்தான் மேஜோ குமாருக்கு மேற்சொன்ன பாதிப்புகளெல்லாம் ஏற்பட்டன.

ஆர்ஸனிக் ஒரு கொடிய நச்சுப் பொருள் என்றும், அதை ஒருவர் உட்கொண்டால் என்னென்ன விளைவுகளை ஏற்படுத்தும் என்ற விவரங்கள் 'Lyon's Jurisprudence' குஎன்ற புத்தகத்தில் குறிப்பிடப்பட்டிருக்கிறது.

டாக்டர் கால்வெர்ட் மற்றும் டாக்டர் நிப்பாரன் சந்திர சென் ஆகியோர் எழுதிக்கொடுத்த மருந்துச் சீட்டுகளில் நச்சுத்தன்மை கொண்ட மருந்தோ அல்லது பொருளோ இடம்பெறவில்லை. ஆஷு பாபு எழுதிக் கொடுத்த மருந்துச் சீட்டில்தான் நச்சுத்தன்மை கொண்ட பொருளைப் பற்றிய குறிப்பு இருந்திருக்கிறது.

மலேரியாவைக் குணப்படுத்தும் தன்மை இந்த மருந்துகளுக்கு இருந்தன. ஆனால், ஆர்ஸனிக்கை மட்டும் ஒரு குறிப்பிட்ட அளவுக்கு அதிகமாக உட்கொண்டால் அது வயிற்றெரிச்சலை ஏற்படுத்துவதோடு இல்லாமல், வயிற்றுப்போக்கையும் ஏற்படுத்தும். அளவு மீறினால் உயிரே போய்விடும்.

யாருக்காவது நஞ்சூட்ட வேண்டுமென்றால் விஷயம் அறிந்தவர்கள் ஆர்ஸனிக்கைத்தான் பயன்படுத்து வார்கள். அவர்கள் மருந்துக் கடைகளில் மறைமுகமாக ஆர்ஸனிக் வாங்க, மேற்சொன்னவாறு மருந்துச்சீட்டைத் தயார் செய்து (மருத்துவரிடம் பெற்று) எடுத்துச் செல்வார்கள்.

ஆஷு பாபு மருந்துச் சீட்டை, தான் எழுதிக் கொடுக்க வில்லை என்று சாதித்தான். பின்னர் குட்டு வெளிப்பட்டவுடன் அந்தப் பழியை மற்றவர்கள் மீது போடப் பார்த்தான்.

மேஜோ குமாருக்குச் சிகிச்சை அளிக்க வந்த மருத்துவரும் மே 7ம் தேதி டார்ஜிலிங் பங்களாவுக்கு அழைத்து வரப்படவில்லை. டாக்டர் கால்வெர்டும், நிப்பாரன் சந்திர சென்னும் மே 8ம் தேதியன்றுதான் மேஜோ குமாருக்குச் சிகிச்சை அளித்தனர். டார்ஜிலிங்கில் உள்ள சிமித் ஸ்டேயின்ஸ்ட்ரீட் (Smith Strainstreet & Co) என்ற மருந்துக் கடையின் குறிப்பின்படி, ஆஷு தாஸ்

குப்தாதான் (ஆஷு பாபு) சம்பந்தப்பட்ட மருந்துகளை மே 7ம் தேதி அன்று வாங்கி இருக்கிறான். அதற்கான மருந்து விற்ற பதிவேட்டில் ஆஷு தாஸ் குப்தாவின் கையெழுத்து இருந்தது.

டாக்டர் கால்வெர்டைப்போல ஆஷு பாபுவும் நீதிமன்றத்தில் பொய் சாட்சி சொல்லியிருக்கிறான்.

நீதிபதி, மேஜோ குமார் பிலியரி காலிக்கால் இறக்க வில்லை என்று உறுதிபடுத்திக்கொண்ட பிறகு அடுத்த கேள்விக்குப் போனார். மேஜோ குமார் எப்பொழுது இறந்தார்? மாலையிலா அல்லது நள்ளிரவிலா? மேஜோ குமாருக்கு எப்பொழுது ஈமக்காரியம் நடைபெற்றது? மே 8ம் தேதி இரவிலா அல்லது மே 9ம் தேதி காலையிலா?

மே 8ம் தேதி மதியம், மேஜோ குமாரின் உடல் நிலை மோசமாகி இருக்கிறது என்ற செய்தியைத் தெரிவிக்க சத்திய பாபு ராஜ்பாரி அரண்மனைக்குத் தந்தி அனுப்பி இருக்கிறார். அந்தத் தந்தி மதியம் 3:10 மணிக்கு அனுப்பப்பட்டுள்ளது. அந்தத் தந்திக்கான பதில், பாரா குமாரிடமிருந்து மாலை 4:45 மணி அளவில் டார்ஜிலிங்கில் கிடைத்தது. அதில், மேஜோ குமாரின் உடல் நிலை பற்றி கேள்விப்பட்டவுடன் மிகுந்த கவலைக்கு உள்ளாகியிருக்கிறோம். சிறந்த முறையில் மருத்துவ சிகிச்சை அளிக்குமாறு கேட்டுக் கொள்கிறோம். உடல் நிலை குறித்து அவ்வப்போது தந்தி அனுப்புமாறு கேட்டுக் கொள்ளப்பட்டிருக்கிறது.

விசித்திரமான விஷயம் என்னவென்றால், டார்ஜிலிங்கிலிருந்து ராஜ்பாரிக்கு மேஜோ குமாரின் உடல் நிலை குறித்து சத்திய பாபு அடிக்கடி அனுப்பிய தந்திகள் பிபாவதியின் சார்பில் நீதிமன்றத்தில் தாக்கல் செய்யப்பட்டாலும், மேஜோ குமார் இறந்த செய்தியைக் குறிப்பிட்டு அனுப்பப்பட்ட தந்தி நீதிமன்றத்தில் தாக்கல் செய்யப்படவில்லை. ஏன் தாக்கல் செய்யவில்லை? அதைத் தாக்கல் செய்தால் மேஜோ குமார் எந்த நேரத்தில் இறந்தார் என்ற உண்மை வெளியாகிவிடும். அதனால், அந்த இரங்கல் தந்தி நீதிமன்றத்தில் தாக்கல் செய்யப்படவில்லை.

சந்நியாசியின் கூற்றின்படி, மே 8ம் தேதி இரவு மேஜோ குமாரின் உடல், சுடுகாட்டுக்கு கமர்ஷியல் சாலை வழியாக எடுத்துச் செல்லப்பட்டிருக்கிறது.

பிபாவதியின் கூற்றின்படி, மேஜோ குமார் மே 8ம் தேதியன்று நள்ளிரவில் இறந்தார். அவரது உடலை சுடுகாட்டுக்கு எடுத்துச் சென்றது, மே 9ம் தேதி காலை. சுடுகாட்டுக்குச் சென்ற வழி, டார்ஜிலிங்கின் முக்கியமான தார்ன் சாலை. கமர்ஷியல் சாலை வழியாக சுடுகாடு செல்வது குறைந்த தூரம். ஆனால், தார்ன் சாலை வழியாக சுடுகாட்டுக்குச் செல்வது அதிக தூரம் மற்றும் வளைந்தும், நெளிந்தும் செல்லும். தார்ன் சாலை வழியாக சுடுகாடு செல்வதற்கு நிறைய நேரமாகும்.

இருதரப்பினர் சொல்வதில், யார் சொல்வது உண்மை?

மே 9ம் தேதியன்றுதான், தார்ன் என்ற முக்கிய சாலை வழியாக சவ ஊர்வலம் சென்றதாக பிபாவதி தரப்பில் சொல்லப்பட்டது. அதை நிரூபிக்க அவர் தரப்பில் சுமார் 26 சாட்சிகள் விசாரிக்கப்பட்டனர். சந்நியாசியின் தரப்பில் 9 சாட்சிகள் விசாரிக்கப்பட்டனர். பிபாவதியின் 26 சாட்சிகளும் ஒரே மாதிரி சாட்சியம் அளிக்கவில்லை. ஒரு சாட்சி சொன்னதற்கும் இன்னொருவர் சொன்னதற்கும் நிறைய வேறுபாடுகள் இருந்தன. பிபாவதியின் மூன்று சாட்சிகள் மிகவும் தெள்ளத் தெளிவாக சவ ஊர்வலம் கமர்ஷியல் சாலை வழியாக சென்றது என்று பிபாவதியின் கூற்றுக்கு மாறாக சாட்சியம் சொன்னார்கள்.

மே 9ம் தேதியன்று, வங்காளத்தின் கவர்னர் மிண்டோ பிரபு டார்ஜிலிங்குக்கு வந்துவிட்டார். பொதுவாக, கோடைக்காலத்தின் வெயிலைத் தாங்காமல் மலை வாசம் செல்லும் ஆங்கிலேய கவர்னர்கள், கோடைக் காலம் முடியும்வரை அந்த வாசஸ்தலத்தில்தான் இருப்பார்கள். இந்தியாவில் ஆங்கிலேயர் காலத்தில், அந்தந்தப் பகுதிகளில் இருந்த கவர்னர்கள் அவரவர் ஆளுமைக்கு உட்பட்ட மலைவாசஸ்தலத்துக்குச் சென்றுவிடுவர். சென்னை மாகாண கவர்னர் ஊட்டிக்குச் சென்றுவிடுவார். பம்பாய் மாகாண கவர்னர் மகாபலேஷ்வருக்குச் சென்றுவிடுவார். பஞ்சாப்

கவர்னர் சிம்லாவுக்குச் சென்றுவிடுவார். கோடை காலம் முடியும் வரை அரசாங்கமே மலைவாசஸ் தலங்களில்தான் நடைபெறும்.

டார்ஜிலிங்கைப் பொறுத்தவரை அரசுத் தலைமைச் செயலகமாகச் செயல்பட்டது, அங்குள்ள கச்சேரி பில்டிங்கில். அந்தக் கச்சேரி பில்டிங், டார்ஜிலிங்கின் முக்கிய சாலையில் பசாருக்கு எதிராக உள்ளது.

கவர்னர் டார்ஜிலிங்குக்கு வந்ததால் அங்கு கெடுபிடி அதிகமாக இருந்தது. போதாத குறைக்கு, சுதந்தரப் போராட்ட வீரர்கள் ஆங்கிலேயர்கள் மீதும், அரசு நிர்வாகத்தின் மீதும் தாக்குதல்கள் நடத்தி வந்தனர். அதுவும், வங்காளத்தில்தான் ஆங்கிலேயர்களுக்கு எதிரான வன்முறை அதிகமாக இருந்தது. அதனால், டார்ஜிலிங்கின் முக்கிய சாலைகளில் ஊர்வலங்கள் செல்ல காவல் துறை தடை விதித்திருந்தது.

எனவே, நீதிபதி தன்னுடைய தீர்ப்பில், காவல் துறை முக்கிய சாலைகளில் ஊர்வலங்கள் செல்லத் தடை விதித்திருந்ததால் மேஜோ குமாரின் கடைசி ஊர்வலம் தார்ன்சாலை (டார்ஜிலிங்கில் உள்ள முக்கிய சாலைகளில் ஒன்று) வழியாகச் சென்றிருக்க வாய்ப்பில்லை என்று தெரிவித்தார்.

இடுகாட்டில் மேஜோ குமாருக்கு அந்திமக் காரியங்கள் செய்யும் பொழுது அங்கு புரோகிதர் யாரும் இல்லை. எந்தச் சடங்கும் செய்யப்படவில்லை. இறந்தவரின் முகத்தை அங்கு இருந்தவர்கள் ஒருவரும் பார்க்க வில்லை. இறந்தவரின் சடலம் முழுதும் துணியால் சுற்றப்பட்டிருந்தது. உடலை எரியூட்டுவதற்கு முன்னர் அவ்வுடல் குளிப்பாட்டப்படவில்லை. உடல் நெய்யால் அபிஷேகம் செய்யப்படவில்லை. சவ ஊர்வலத்தில் கலந்து கொண்டவர்கள் யாருக்கும் பிண்டம் கொடுக்கப் படவில்லை. முக்கன்னி செய்யப்படவில்லை அதாவது சவத்தின் வாயில் நெருப்பிடுவது. சடலம் தீயூட்டப்பட்டு சாம்பலான பிறகு அதனுடைய அஸ்தி எடுத்து வரப்படவில்லை. இறந்தவர்களின் அஸ்தியை கங்கையில் கரைப்பது முக்கியமான சடங்கு. அதுவும் நடைபெறவில்லை.

எனவே மேஜோ குமார் இறந்துவிட்டார் என்றோ, அவருடைய உடல்தான் எரியூட்டப்பட்டது என்றோ தீர்மானமாகச் சொல்ல முடியவில்லை. மேஜோ குமார் இறந்துவிட்டார் என்று பிபாவதியால் ஆணித்தரமாக நிரூபிக்க முடியவில்லை என்று நீதிபதி தன்னுடைய தீர்ப்பில் வெளியிட்டார்.

●

8

மேஜோ குமார்தான் சந்நியாசியா?

சரி, மேஜோ குமார் சாகவில்லை என்றே வைத்துக் கொள்வோம். ஆனால், சந்நியாசிதான் மேஜோ குமார் என்று எப்படி முடிவுக்கு வருவது? சந்நியாசி வங்காளியே கிடையாது. அவர் ஒரு ஹிந்துஸ்தானி. எனவே, நீதிபதி இப்போது முடிவு செய்ய வேண்டியது சந்நியாசி, வங்காளியா ஹிந்துஸ்தானியா?

ஆங்கிலேயர்கள் ஆட்சியில் இந்திய துணைக் கண்டத்தில் இமயமலையிலிருந்து விந்திய மலைக்கு உட்பட்ட பகுதிகள் ஹிந்துஸ்தான் என்று அழைக்கப் பட்டன. அங்கு வசித்து வந்த மக்கள் ஹிந்துஸ்தானிகள் என்று அழைக்கப்பட்டனர். ஆனால், வங்காளிகள் ஹிந்துஸ்தானியர்கள் இல்லை. மேஜோ குமார் வங்காளி. ஆனால் சந்நியாசியோ பேச்சிலும் தோற்றத் திலும் ஹிந்துஸ்தானி போலக் காட்சி அளித்தார். எனவே, அவர் வங்காளியாக இருக்க முடியாது, அதுவும் குறிப்பாக மேஜோ குமாராக இருக்கமுடியாது; அவர் ஒரு போலி என்றார் பிபாவதியின் வழக்கறிஞர்.

சந்நியாசி, தானே மேஜோ குமார் என்று எப்போது தன்னை பறைசாற்றிக்கொண்டாரோ அப்போதிருந்தே சத்திய பாபு சுறுசுறுப்பாகிவிட்டார். சந்நியாசி மேஜோ குமாராக இருக்கமுடியாது என்பதற்கு என்னென்ன ஆதாரங்கள் தேவைப்பட்டனவோ அதை எல்லாம் செய்ய ஆரம்பித்தார்.

நாம் ஏற்கெனவே பார்த்தது போல், உயர்மட்டத்தில் உள்ள பல ஆங்கில அதிகாரிகளைச் சந்தித்த சத்திய பாபு, தன்னுடைய தங்கைக்கு ஆதரவு தேடிக்கொண்டார்.

பின்னர், டார்ஜிலிங் சென்று தனக்குத் தேவையான சாட்சிகளை (பொய் சாட்சிகளை) திரட்டினார். இந்தச் சாட்சிகளெல்லாம் மேஜோ குமார் இறந்ததாகச் சொல்ல வேண்டும். மேஜோ குமார் உடல் தகனம் செய்யப் பட்டதாகச் சொல்லவேண்டும். அதை அவர்கள் பார்த்ததாகச் சொல்லவேண்டும்.

இன்னொரு பக்கத்தில், சந்நியாசியும் அவரைச் சார்ந்தவர்களும், டாக்கா கலெக்டர் லிண்ட்சே-ஐ சந்தித்து, சந்நியாசிதான் மேஜோ குமாரா என்று விசாரணை நடத்த வேண்டும் என்று மனு கொடுத்தனர்.

லிண்ட்சே விசாரணையைத் தொடங்குவதற்கு முன்னர் ஒரு காரியம் செய்தார். தன்னுடைய ஆளுமைக்கு உட்பட்ட ஒரு காவல் துறை ஆய்வாளரான மம்தாஜுதினை பஞ்சாபுக்கு அனுப்பி, சந்நியாசியைப் பற்றி உண்மையான விவரங்களை அறிந்து வரச் சொன்னார். அந்த ஆய்வாளருக்குத் துணையாக பாவல் ஜமீனின் காரியதரிசியான சுரேந்திர சக்ரவர்த்தியையும் அனுப்பி வைத்தார்.

உண்மையைக் கண்டறியும் இருவர் குழு, தாங்கள் டாக்காவிலிருந்து புறப்பட்டுச் சரியாக இரண்டு மாதம் கழித்து ஓர் அறிக்கையை பாவல் ஜமீனின் மேலாளருக்கு அனுப்பி வைத்தது. அந்த அறிக்கை, வங்காள மொழியில் இருந்தது. அதைத் தயார் செய்தது ஜமீனின் காரியதரிசி, சுரேந்திர சக்ரவர்த்தி.

அந்த அறிக்கையில் இடம் பெற்ற விவரங்கள் பின்வருமாறு :

'நாங்கள் இருவரும் டாக்காவிலிருந்து புறப்பட்டு சுமார் 2000 மைல் தொலைவில் உள்ள பஞ்சாபுக்குச் சென்றோம். போகும் வழியில் ஹரித்வாருக்குச் சென்றோம். ஹரித்வாரில் நாங்கள் நடத்திய விசாரணையில், ஹிரானந்தா என்ற சாதுவைப் பற்றிய ஒரு துப்பு கிடைத்தது. அந்தச் சாது ஹிரானந்தாவைத் தேடிக் கொண்டு நானும் மம்தாஜுதினும் அமிர்தசரஸுக்குச் சென்றோம்.

நாங்கள் இருவரும் அமிர்தசரசில் ஹிரானந்தா சாதுவைச் சந்தித்தோம். அவரிடம் சந்நியாசியினுடைய புகைப் படத்தைக் காட்டி இவரைத் தெரியுமா என்று கேட்டோம். அதற்கு ஹிரானந்தாவின் சிஷ்யர் சாந்தாராம், புகைப்படத்தில் இருப்பது சந்நியாசி சுந்தர தாஸ் என்றார். பின்னர் இந்த சந்நியாசி, தரம் தாஸின் சிஷ்யர் என்ற விவரத்தையும் தெரிவித்தார்.

பின்னர், நாங்கள் தரம் தாஸைத் தேடி அவருடைய கிராமமான சோட்டு சன்சாராவுக்குச் சென்றோம். அந்தக் கிராமம் அமிர்தசரஸிலிருந்து 20 மைல் தொலைவில் உள்ளது. அங்கு நாங்கள் சாது தரம் தாஸைச் சந்தித்தோம். அவருடைய சிஷ்யர் தேபதாஸும் உடன் இருந்தார். சந்நியாசியினுடைய புகைப்படத்தை அவ்விருவரிடமும் காட்டினோம். புகைப்படத்தை பார்த்த அவர்கள், இது சுந்தர் தாஸ் என்று தெரிவித்தனர்.

தரம் தாஸ், சுந்தர தாஸின் பின்னணியைப் பற்றி எங்களிடம் தெரிவித்தார். சுமார் 15 ஆண்டுகளுக்கு முன்னர் லாகூருக்கு அருகாமையில் உள்ள அவுலா என்ற கிராமத்திலிருந்து, நாராயண் சிங் என்பவர் ஒரு சிறுவனை என்னிடம் அழைத்து வந்தார். அந்தச் சிறுவனின் பெற்றோர்கள் இறந்துவிட்டதாகத் தெரிவித்தார். அவனை நீங்கள் உங்களுடைய சிஷ்யனாக ஏற்றுக் கொள்ள வேண்டும் என்று கேட்டுக்கொண்டார். அந்தச் சிறுவனின் பெயர் மால் சிங். நானும் அவனை என்னுடைய சிஷ்யனாக ஏற்றுக்கொண்டேன் என்றார் சாது தரம் தாஸ்.

நாங்கள் சாது தரம் தாஸை கௌரவ மாஜிஸ்டிரேட்டான லெப்டினண்ட் ரகுபிர் சிங்கிடம் கூட்டிச் சென்றோம்.

இந்த லெப்டினண்ட் ரகுபிர் சிங் ஒரு முன்னாள் ராணுவ அதிகாரி.

சாது தரம் தாஸ், லெப்டினண்ட் ரகுபிர் சிங்கிடம் ஜுன் 27ம் தேதி, 1921ம் ஆண்டு ஒப்புதல் வாக்குமூலம் அளித்தார். அச்சமயத்தில் அங்கு எங்கள் இருவர் குழுவைத் தவிர, தரம் தாஸின் சிஷ்யர் தேபதாஸ், சாது ஹிரானந்தா மற்றும் அவருடைய சிஷ்யர் சாந்தாராம் தாஸ் மற்றும் நான்கு கிராமத்தவர்கள் இருந்தனர்.

தரம் தாஸ் சொன்ன விவரங்கள் அனைத்தும், இந்திய குற்றவியல் நடைமுறைச் சட்டத்தின் 164வது பிரிவின் கீழ் பிரமாணத்தின் அடிப்படையில், கௌரவ மாஜிஸ்டிரேட்டால் பதிவு செய்யப்பட்டது. தரம் தாஸ் கூற்றை அங்கிருந்த மற்றவர்கள் உறுதிப்படுத்தினார்கள். அவர்களது சாட்சியமும் கௌரவ மாஜிஸ்டிரேட்டால் பதிவு செய்யப்பட்டது. நாங்கள் கொண்டு வந்த புகைப்படம் தரம் தாஸுக்குக் காட்டப்பட்டு, அவர் இது சுந்திர தாஸுடையது என்று சொன்ன பிறகு, கௌரவ மாஜிஸ்டிரேட்டால் அந்தப் புகைப்படம் P1 என்று குறியீடு செய்யப்பட்டது. அந்தப் புகைப்படத்தில் சந்நியாசி நின்று கொண்டிருப்பதாகக் கௌரவ மாஜிஸ்டிரேட் ரகுபிர் சிங் தெரிவித்திருக்கிறார். அந்தப் புகைப்படத்தில் ரகுபிர் சிங் கையெழுத்து போட்டிருக்கிறார்.

தரம் தாஸ் தன்னுடைய விசாரணையில், மால் சிங் என்ற சிறுவன் தன்னிடம் ஒப்படைக்கப்படும்போது அவனுக்கு 11 வயது இருக்கும் என்றார். மேலும் அவர், தன்னுடைய சிஷ்யனான சுந்தர் தாஸ் ஆறு வருடங்களுக்கு முன்னர் தன்னை விட்டு பிரிந்து கல்கத்தாவுக்குச் சென்று விட்டதாக தெரிவித்தார்.'

சுரேந்திர சக்ரவர்த்தி அனுப்பி வைத்த இந்த ஆய்வறிக்கையை, பாவல் ஜமீனின் மேலாளர் ஆங்கிலத்தில் மொழிபெயர்ப்பு செய்து டாக்கா கலெக்டரான லிண்ட்சேவுக்கு ஜுலை 2ம் தேதி அனுப்பி வைத்தார். ஆனால், வேடிக்கை என்னவென்றால், இந்த அறிக்கை, மொழிபெயர்க்கப்படுவதற்கு முன்னரே, ஜுன் 3ம் தேதியே சந்நியாசி உண்மையானவர் இல்லை;

அவர் ஒரு போலி என்ற தன்னுடைய முடிவை கலெக்டர் வெளியிட்டிருக்கிறார்.

டாக்கா நீதிமன்றத்தில் வழக்கு விசாரணை நடந்த சமயத்தில், பிபாவதி தரப்பில் மேற்குறிப்பிட்ட சாட்சியங்கள் எல்லாம் தாக்கல் செய்யப்பட்டன. ஒரு பக்கம், சந்நியாசி, தானே மேஜோ குமார் என்று நிரூபிக்கும் பொருட்டு, நான்கு சாதுக்களைத் தனது சார்பாக சாட்சியம் அளிக்க வைத்துள்ளார். இன்னோரு பக்கம், சந்நியாசி வங்காளத்தவர் இல்லை; அவர் ஒரு ஹிந்துஸ்தானி என்று நிரூபிக்கும் பொருட்டு அதற்குண்டான சாட்சியங்கள் நீதிமன்றத்தில் தாக்கல் செய்யப்பட்டன. இரு தரப்பில், ஒரு தரப்பு சொல்வது கண்டிப்பாக பொய். யார் சொல்வது பொய் என்று நீதிபதி கண்டுபிடித்தாக வேண்டும்.

•

நீதிபதி ஒரு விஷயத்தில் மிகவும் உறுதியாக இருந்தார். சுரேந்திர சக்ரவர்த்தி அளித்த அறிக்கையை அப்படியே ஏற்றுக் கொள்ளமுடியாது. தரம் தாஸ், சுந்தர் தாஸ் போன்ற பெயர்களை வட நாட்டில் பலரும் வைத்திருக்கிறார்கள். இவையெல்லாம் பொதுப் பெயர்கள். சுரேந்திர சக்ரவர்த்தியின் அறிக்கையில் கண்டுள்ள விவரங்கள் உண்மையானதுதான் என்பதை நிரூபிக்க தனிப்பட்ட சாட்சிகளை விசாரித்தாக வேண்டும் என்று சொல்லிவிட்டார். டாக்கா வரை வந்து சாட்சியம் சொல்லமுடியவில்லை என்றாலும் பரவாயில்லை, சாட்சிகள் லாகூரிலேயே விசாரணை கமிஷன் முன்னர் ஆஜராகி சாட்சியம் அளிக்கலாம் என்றார்.

சந்நியாசி ஹிந்துஸ்தானிதான் என்பதை நிரூபிப்பதற்காக, முதல் சாட்சியாக தரம் தாஸ் என்று ஒருவரைப் பிரதிவாதியினர் டாக்கா நீதிமன்றத்துக்கு அழைத்து வந்தனர். அவர் சாட்சிக் கூண்டில் ஏறி 'நான்தான் தரம் தாஸ். நான்தான் கௌரவ மாஜிஸ்டிரேட்டான ரகுபிர் சிங்கிடம் நான்கு வருடங்கள் முன்னர் சாட்சியம் அளித்தேன். இந்த வழக்கில் வாதியாக இருப்பவர் வேறு யாரும் இல்லை. அவன் என்னுடைய சிஷ்யப் பிள்ளையாண்டான்தான். அவன் இதுவரைக்கும்

டார்ஜிலிங் பக்கமே போனதில்லை' என்றார் அந்த சாட்சி. வாதியினுடைய உண்மையான பெயர் மால் சிங் என்றும், அவனுடைய சொந்த ஊர் பஞ்சாப் மாகாணத்தில் லாகூருக்கு அருகில் உள்ள அவுலா என்றும் கூறினார், தரம் தாஸ் என்ற பெயரில் சாட்சியம் அளித்த சாது.

தரம் தாஸ் என்று சொல்லிக்கொண்டு வந்த சாட்சியை சந்நியாசியின் வழக்கறிஞர் சாட்டர்ஜி குறுக்கு விசாரணை செய்தார். குறுக்கு விசாரணையில் அந்தச் சாட்சி இடக்கு மடக்காகப் பதில் சொல்லி மாட்டிக்கொண்டார்.

தரம் தாஸ் என்ற அந்தச் சாட்சி தனக்கு பஞ்சாபி அல்லது உருதுதான் தெரியும், ஹிந்தியும் வங்காள மொழியும் தெரியாது என்றார். வங்காளத்திலோ, ஹிந்தியிலோ தன்னிடம் கேள்வி கேட்டால், அதை பஞ்சாபி மொழியிலோ அல்லது உருது மொழியிலோ மொழிபெயர்ப்பு செய்து சொல்லவேண்டும் என்றார். ஆனால், கௌரவ மாஜிஸ்டிரேட்டான ரகுபிர் சிங் முன்பு ஆஜரான தரம் தாஸ், தன்னுடைய சாட்சியத்தை ஹிந்தியில்தான் கொடுத்திருந்தார். மேலும். சுரேந்திர சக்ரவர்த்தி தன்னுடைய அறிக்கையில், தான் தரம் தாஸைச் சந்தித்தபோது இருவரும் ஹிந்தியிலும், வங்காள மொழியிலும் கலந்துரையாடினோம் என்று குறிப்பிட்டிருந்தார்.

விசாரணையின்போது தரம் தாஸ் என்ற சாட்சியிடம், நீதிமன்றத்தில் குறியீடு செய்யப்பட்ட ஆவணமான A24 காட்டப்பட்டது. அந்த ஆவணம் சந்நியாசியின் புகைப் படம். அந்தப் புகைப்படத்தில் சந்நியாசி லுங்கி கட்டி அமர்ந்திருந்தார். புகைப்படத்தைப் பார்த்த சாட்சி தரம் தாஸ், இது என்னுடைய சிஷ்யனுடைய புகைப்படம் என்றார்.

ஆவணம் A24 புகைப்படம் அசலானது இல்லை, அது ஒரு நகல். அசல் புகைப்படம் நீதிமன்றத்தில் தாக்கல் செய்யப்படவில்லை. அசல் எங்கே போனது என்ற கேள்விக்குப் பிரதிவாதித் தரப்பில் சரியாக பதிலளிக்க முடியவில்லை. அந்தப் புகைப்படத்தில் கௌரவ மாஜிஸ்டிரேட்டான ரகுபிர் சிங்கின் கையெழுத்து எதுவும்

இல்லை. மேலும், ஒரு புகைப்படத்தில் மால் சிங் என்று சொல்லப்படுபவரின் கையில் பச்சை குத்தப் பட்டிருந்தது. ஆனால், தரம் தாஸ் என்ற சாட்சி, விசாரணையின்போது, தன்னுடைய சிஷ்யனின் கையில் பச்சை எதுவும் குத்தப்பட்டிருக்காது என்று அப்பட்ட மாகத் தெரிவித்தார். மேலும், குறுக்கு விசாரணை செய்ததில் தரம் தாஸ் என்ற அந்தச் சாட்சி, தனக்குக் கௌரவ மாஜிஸ்டிரேட்டின் முன் காட்டப்பட்ட புகைப்படமான ஆவணம் A24, சந்நியாசியினுடையது இல்லை என்று ஒப்புக் கொண்டார்.

உண்மையில் அந்தப் புகைப்படத்தில் இருந்தது சந்நியாசி இல்லை. அது, வேறு ஒருவரின் புகைப்படம். குட்டு வெளிப்பட்டுவிடும் என்று ஆவணம் A24, நீதி மன்றத்தில் தாக்கல் செய்யப்படவில்லை. குறிப்பிட்ட அந்த ஆவணம் எங்கே என்று நீதிபதி கேட்டதற்கு, பிரதிவாதியின் வழக்கறிஞர் சௌத்ரி தனக்கு அந்தப் புகைப்படம் எங்கே இருக்கிறது என்று தெரியாது என்று கூறினார். காவல் துறை ஆய்வாளரான மம்தாஜுதின், வடநாட்டில் சந்நியாசியைப் பற்றிய தன்னுடைய விசாரணையை முடித்துவிட்டு விசாரணைக்கு உண்டான ஆவணங்களை டாக்கா கலெக்டரிடம் பத்திரமாக வைத்திருக்குமாறு ஒரு வாக்குமூலம் எழுதிக் கொடுத்து ஒப்படைத்துவிட்டார். காவல் துறை ஆய்வாளர், கலெக்டருக்கு எழுதிய வாக்குமூலம் இருக்கிறது. ஆனால், அவர் கலெக்டரிடம் ஒப்படைத்த புகைப்படம் இல்லை.

பிபாவதி தரப்பில் ஒரு புகைப்படத்துக்குப் பதிலாக இன்னொரு புகைப்படத்தை மாற்றி வைத்து நீதிமன்றத்தை ஏமாற்ற முயற்சி செய்திருக்கிறார்கள். தரம் தாஸ் என்று தன்னை சொல்லிக் கொள்பவர் கௌரவ மாஜிஸ்டிரேட் ரகுபிர் சிங் முன்னர் சாட்சியம் அளிக்க வில்லை. தரம் தாஸ் என்று சொல்லிக் கொள்பவர் வாதியின் (சந்நியாசி) உண்மையான குருவும் இல்லை.

பிபாவதியின் தரப்பில், மேலும் பத்து பேர் கமிஷன் முன் ஆஜராகி சாட்சியம் அளித்தனர். அவர்கள் சொன்ன சாட்சியத்தில் வேறுபாடுகள் இருப்பினும், அவர்கள்

பொதுவாகக் கூறியது என்னவென்றால், இரண்டு வருடங்களுக்கு முன்னர் லாகூரில் ஒரு குருத்வாராவில் அர்ஜுன் சிங் என்பவர் ஒரு சந்நியாசியின் புகைப் படங்களை எங்களிடம் காட்டினார். அந்தப் புகைப் படங்கள் மால் சிங் என்பவருடையது. ஒரு படத்தில் சந்நியாசி லுங்கி அணிந்துகொண்டு அமர்ந்து கொண்டு இருப்பதாக இருந்தது. மற்ற புகைப்படங்களில் என்ன இருக்கிறது என்பதே தெரியவில்லை. காரணம், ஏனைய புகைப்படங்கள் சேதம் அடைந்திருந்தது. ஆனால், சாட்சியம் அளித்த பத்துபேரும் இந்தப் புகைப்படத்தில் இருப்பவர் மால் சிங்கேதான் என்று தெரிவித்தனர்.

ஆனால், மால் சிங் என்று சொல்லப்படுபவரின் உறவினர்கள் யாரும் கமிஷன் முன் ஆஜராகி, மால் சிங் எங்களுடைய சொந்தக்காரன்தான் என்று சொல்ல முன்வரவில்லை. மேலும், கௌரவ மாஜிஸ்டிரேட் ரகுபிர் சிங் முன்பு சாட்சியம் அளித்த எவரும் விசாரணை கமிஷன் முன்பு ஆஜராகி சாட்சியம் அளிக்கவில்லை.

லாகூர் சாட்சிகள் மால் சிங்கினுடைய் உடல் நிறம், முடியின் நிறம், மீசையின் நிறம், நீண்ட தாடி, கருமையான கண்கள், தடித்த மூக்கு என்று அனைத்தையும் பற்றிக் கூறினர். மால் சிங்கின் தந்தையின் முடியைப் போன்றே மால் சிங்கின் முடியும் கரு கரு என்று இருக்கும் என்று தெரிவித்தனர். ஆனால், அவர் தந்தையார் யார் என்ற விவரத்தைச் சொல்லவில்லை. கௌரவ மாஜிஸ்டிரேட் முன், மால் சிங்கின் உறவினர்கள் சிலரின் விவரங்களைப் பற்றி சாட்சிகள் தெரிவித்து இருந்தனர். ஆனால், லாகூர் சாட்சிகள் அந்த உறவினர்களைப் பற்றி எந்த விவரத்தையும் சொல்ல வில்லை.

லாகூர் சாட்சிகள் அனைவருமே பொய் சாட்சிகள். அவர்கள் பஞ்சாப் மாகாணத்தைச் சேர்ந்த விவசாயிகள். அவர்களுக்கும் மால் சிங்குக்கும் எந்தத் தொடர்பும் இல்லை. அவர்களிடம் சந்நியாசியின் புகைப்படத்தைக் காட்டி, அவரைப் பற்றிய விவரங்களைச் சொல்லிக் கொடுத்து, பிபாவதியின் சார்பில் கமிஷன் முன்னர் சாட்சியம் சொல்ல அழைத்துவரப்பட்டிருந்தார்கள்.

நீதிபதி தன்னுடைய தீர்ப்பில், 'சுரேந்திர சக்ரவர்த்தியின் அறிக்கை ஒரு மோசடி. சுரேந்திர சக்ரவர்த்தியும், காவல் துறை ஆய்வாளரான மம்தாஜுதினும் சாது தரம் தாஸைப் பார்க்கவே இல்லை. கலெக்டர் லின்ஸ்டே இவர்கள் இருவருக்கும் இட்ட கட்டளை, எப்பாடுபட்டாவது அந்த சாதுவைக் கண்டுபிடித்தாகவேண்டும். ஆனால், சுரேந்திர சக்ரவர்த்தியும், மம்தாஜுதினும் அர்ஜுன் சிங் என்பவனின் துணையுடன் ஒரு சாதுவைத் தயார் செய்து, அவர்தான் தரம் தாஸ் என்று அவரிடமே சாட்சியம் பெற்றனர். பணத்துக்காக யாரோ சிலருடைய தூண்டுதலின் பேரில், சுரேந்திர சக்ரவர்த்தியும் மம்தாஜுதினும் போலியான சாட்சிகளைத் தயார் செய்திருக்கிறார்கள். இதில் கொடுமையான விஷயம் என்னவென்றால், கௌரவ மாஜிஸ்டிரேட்டான ரகுபிர் சிங்கிடம் தரம் தாஸ் என்று சாட்சியம் அளித்த நபரைக் கூட இவர்கள் பார்க்கவில்லை. ஒரு சிலரின் தூண்டுதலின் பேரில் சுரேந்திர சக்ரவர்த்தியும் மம்தாஜுதினும் தங்களுடைய கடமையைச் சரிவரச் செய்யாமல், டாக்கா திரும்பிவிட்டனர். இவர்களுடைய செயல் மிகவும் கண்டிக்கத்தக்கது. மிகவும் பொறுப்பற்றத்தனமாக நடந்து கொண்டிருக்கிறார்கள்' என்று நீதிபதி தன்னுடைய தீர்ப்பில் வெளியிட்டார்.

நீதிபதி தன்னுடைய தீர்ப்பில் ஒரு அடிப்படை உண்மையைத் தெரிவித்தார்: 'சந்நியாசி டாக்கா வந்து 12 ஆண்டுகள் ஆகிவிட்டன. இன்னும் அவர் யார் என்று பிபாவதியால் கண்டுபிடிக்க முடியவில்லை. பிபாவதிக்கு ஜமீனின் வசதியும், ஆள் பலமும் இருக்கிறது. போதாத குறைக்கு ஆங்கிலேய அரசாங்கத்தின் ஆதரவு வேறு இருக்கிறது. இவ்வளவு இருந்தும் பிபாவதியால் சந்நியாசி யார் என்று அடையாளம் கண்டுகொள்ள முடியவில்லை. இத்தனைக்கும் சந்நியாசி எங்கேயும் மறைந்தோ அல்லது ஒளிந்து கொண்டோ இருக்கவில்லை. அவர் சர்வ சுதந்திரமாக கல்கத்தாவையும், டாக்காவையும் சுற்றி வந்துகொண்டு இருந்தார்'.

•

9

சந்நியாசி வங்காளியா?

சரி, சந்நியாசி ஹிந்துஸ்தானி இல்லை என்றால் அவர் வங்காளியா?

சந்நியாசி யாரும் எளிதில் புரிந்து கொள்ளமுடியாத ஹிந்தியில் பேசுகிறார். அவர் தாய்மொழி வங்காளம் இல்லை. இது பிரதிவாதிகளின் வாதம்.

சந்நியாசியின் கூற்று இது: 'நான் 12 ஆண்டுகாலம் சாதுக்களுடன் வாழ்ந்து வந்தேன். எனக்கு நினைவு திரும்பும்வரை சாதுக்களுடன்தான் இருந்தேன். முழு நேரமும் அவர்களுடன்தான் சுற்றித் திரிந்து வந்தேன். ஒரு சந்நியாசியின் வாழ்க்கை மிகவும் கடினமானது. உடுத்த உடை கிடையாது. பிச்சை எடுத்துதான் உண்ண வேண்டும். சில சமயம் உணவு எதுவும் கிடைக்காமலும் போகும். படுக்க வசதியெல்லாம் கிடையாது. கட்டாந் தரையிலோ மரத்தின் மீதோ படுத்துக்கொள்ள வேண்டும். வெறும் காலில்தான் காடு, மலையெல்லாம் கடக்க வேண்டும். 12 வருடங்களாக, மற்ற சாதுக்கள்

ஹிந்தியில் பேசிவருவதைத்தான் கேட்டு வந்தேன். அவர்களுடன் நான் தொடர்புகொள்ளவேண்டும் என்றால் ஹிந்தியில் தான் பேசியாகவேண்டும். ஹிந்தி இல்லாமல் என் அடிப்படைத் தேவைகளை நிறைவேற்ற முடியாது என்னும் கட்டாயம். அதனால் அவர்களுடைய பாஷை, பேச்சு வழக்கு எல்லாம் தொற்றிக்கொண்டது. இது தவிர்க்க இயலாதது.'

மேஜோ குமார் சில சமயங்களில் ஹிந்தியில் பேசியிருந்தாலும், பொதுவாக அவர் எந்தக் கலப்பும் இல்லாத பாவாலி பிரதேச வங்காள மொழியில்தான் பேசுவார். அதாவது தமிழில் கோவைத் தமிழ், நெல்லைத் தமிழ், மதுரைத் தமிழ் என்று தமிழ்நாட்டிலேயே இடத்துக்கு இடம் பேச்சுத் தமிழ் மாறுபடுவது போல், வங்காளத்திலும் பிரதேச வாரியாக வங்காள மொழி பேச்சு வழக்கில் மாறுபட்டு காணப்படும்.

மேஜோ குமார், பாவல் ராஜ்ஜியத்தில் பிறந்து வளர்ந்து வந்ததால், அவர் பாவாலி பிரதேச வங்காள மொழியில் தான் பேசுவார். மேஜோ குமார், பாவாலி பிரதேச வங்காள மொழியில் பேசுவதை, வங்காள மொழி பேசுபவர்களாலேயே அவ்வளவு எளிதில் புரிந்து கொள்ள முடியாது என்று நீதிமன்றத்தில் சிலர் சாட்சியம் அளித்தனர்.

நீதிமன்றத்தில் சாட்சியம் அளிக்கும் போதுகூட, சந்நியாசி வங்காளத்தையும் ஹிந்தியையும் கலந்தே பேசினார். சாட்சியம் அளிக்கும்போது அவர் பயன்படுத்திய சில வார்த்தைகள் பின்வருமாறு:

> குயிலுக்கு ஹிந்தியில் தித்தர் என்று பெயர். வங்காள மொழியில் குயிலுக்கு தித்திர் என்று பெயர். அதுவே பாவாலி பிரதேச பாஷையில் குயிலை தித்தர் என்றுதான் குறிப்பிடுவார்கள்.
>
> அதேபோல் கணக்கு என்ற சொல் ஹிந்தியில் ஜிண்டே என்று குறிப்பிடப்படும். பாவாலி பிரதேச பாஷையிலும் கணக்கு என்ற சொல் ஜிண்டே என்ற வார்த்தையால்தான் அறியப்படுகிறது.

கல்கத்தாவை ஹிந்தியில் கல்கட்டா என்று சொல்வார்கள். அதே போல் பாவாலி பிரதேச பாஷையில் அச்சிடப்பட்ட ஒரு துண்டுப் பிரசுரத்திலும் கல்கட்டா என்றுதான் குறிப்பிடப் பட்டிருந்தது.

எனவே ஒருவர் பேசும் பாஷையை வைத்து அவருடைய தாய்மொழி என்னவென்று முடிவு செய்வது தவறு.

ஒருவர் 12 ஆண்டு காலம் தொடர்ந்து ஹிந்தியில் பேசிவிட்டு, திடீரென்று வங்காளத்தில் பேசினால் அவர் ஹிந்தியை முழுவதுமாகப் புறக்கணித்துவிடுவார் என்று சொல்வதற்கில்லை. சந்நியாசி தன்னுடைய சாட்சியத்தில் பிஸ்கட், பாடிகார்ட், ஃபாமிலி, ஜாக்கி போன்ற சுமார் 50 ஆங்கிலச் சொற்களை பயன்படுத்தி இருக்கிறார். அதனால் அவர் ஆங்கிலேயர் என்று முடிவுக்கு வரமுடியுமா என்ற கேள்வியை நீதிபதி எழுப்பினார். சந்நியாசி, ராஜ்பாரியில், தான் யார் என்று அனைவரிடமும் வெளிபடுத்தியவுடன் ஹிந்தி பேசுவதை நிறுத்திவிட்டார் என்று பிரதிவாதித் தரப்பில் உள்நோக்கம் கற்பிப்பது ஏற்றுக் கொள்ளமுடியாத ஒன்று என்று நீதிபதி திட்டவட்டமாக சொல்லிவிட்டார்.

பிபாவதியின் வழக்கறிஞரான சௌத்ரி, சந்நியாசி பேசும் வங்காள மொழி ஏன் தெளிவாக இல்லை என்ற கேள்வியை எழுப்பினார். அவருடைய கூற்று சந்நியாசியின் தாய்மொழி வங்காள மொழி இல்லை, அதனால்தான் அவரால் வங்காள மொழியைத் தெளிவாகப் பேச முடியவில்லை என்பதாகும்.

ஆனால், அதற்கு சந்நியாசியின் வழக்கறிஞரான சாட்டர்ஜி, சந்நியாசி எந்த மொழி பேசினாலும் அப்படித்தான் இருக்கும். சிப்பிலிஸ் நோய் தாக்கத்தின் காரணமாக நாக்கு பாதிப்பு அடைந்திருக்கிறது. அதனால் பேசும்போது நாக்கு குளறும். அதன் காரணமாக சந்நியாசி எந்த வார்த்தைகள் பேசினாலும் அது தெளிவாக இருக்காது. அவர் பேசுவதைக் கேட்பவர்களுக்கு அவர் என்ன பேசினார் என்று எளிதில் புரிந்துகொள்ள முடியாது. இப்பொழுது மட்டுமல்ல, சந்நியாசி டாக்காவுக்குத் திரும்பி வந்த காலந்தொட்டே அவர்

பேசிய வங்காள மொழி, ஹிந்தி ஒலியின் தன்மையைக் கொண்டதாகவே இருக்கிறது. அதற்கு ஆதாரமாக பல சாட்சிகள் நீதிமன்றத்துக்கு வரவழைக்கப்பட்டு விசாரிக்கப்பட்டனர். 1921 மே 19ம் தேதி ஜெய்தேபூர் காவல் துறையின் நாட்குறிப்பில்கூட, சந்நியாசியைக் காண மக்கள் கூட்டம் கூட்டமாக வருகிறார்கள் என்றும், மக்கள் அவரை இரண்டாம் குமாராக கருதுகிறார்கள் என்றும், சந்நியாசி மக்களுடன் வங்காள மொழியில் பேசி வருகிறார் என்றும் குறிப்பு எழுதப்பட்டிருக்கிறது என்ற விவரத்தை வழக்கறிஞர் சாட்டர்ஜி மேற்கோளாகக் காட்டினார்.

ஒருவருக்குப் பல பாஷைகள் தெரிந்திருக்கும். அதனால், அவருடைய தாய்மொழி என்னவென்று முடிவு செய்வது கடினமாக இருக்கும். ஆனால், ஒருவருக்குப் பல மொழிகள் தெரிந்திருந்தாலும் அவருடைய பூர்விக அடையாளம் என்று ஒன்று இருக்கும். அவருடைய புத்தி, சிந்தனை அந்தப் பூர்விக அடையாளத்தைச் சார்ந்துதான் இருக்கும். அது, அவர் பேசும்போது வெளிப்படும். அதை வைத்து அவர் எந்த ஊரைச் சேர்ந்தவர் என்று எளிதில் சொல்லிவிடமுடியும். இந்த அடிப்படையில் பிபாவதியின் வழக்கறிஞர் செயல்பட ஆரம்பித்தார். சந்நியாசி எந்த ஊரைச் சேர்ந்தவர் என்று நிரூபிக்கும் பொருட்டு, சௌத்ரி, சந்நியாசியைச் சில கேள்விகள் கேட்டு குறுக்கு விசாரணை செய்தார். சௌத்ரி சிலேடையாகப் பேசி சந்நியாசியை மடக்கலாம் என்று பார்த்தார். ஏனென்றால், சௌத்ரியின் கணிப்பின்படி, வெளித்தோற்றத்தில்தான் அவர் ஒரு வங்காளி. ஆனால், அவருக்கு ஒரு வங்காளிக்கே உண்டான எண்ணமோ சிந்தனையோ இல்லை என்பதுதான்.

சௌத்ரி: சுவேத்தபர்னா என்றால் என்ன?

சந்நியாசி: வெள்ளை நிறம்

சௌத்ரி: ரக்தபர்னா?

சந்நியாசி: சிவப்பு

சௌத்ரி: பயஞ்சபர்னா?

சந்நியாசி: கத்தரிக்காயின் நிறம்

சந்நியாசி சொன்ன முதல் இரண்டு பதில்களும் சரி. பர்னா என்றால் வங்காள மொழியில் வர்ணம். பயஞ்சபர்னா என்றால் அது ஒரு எழுத்தைக் குறிப்பதாகும். ஆனால், சந்நியாசி குழம்பிவிட்டார். தொடர்ந்து வர்ணங்களைப் பற்றியே கேட்டு வந்ததால் சந்நியாசி மூன்றாவது கேள்விக்கும் வர்ணம் சம்பந்தமான பதிலைக் கூறி தவறு செய்துவிட்டார். உடனே சௌத்ரி, பயஞ்சான் என்றால் பஞ்சாபி மொழியில் கத்தரிக்காய் என்று அர்த்தம். சந்நியாசி ஒரு பஞ்சாபி, அதனால்தான் அவர் அந்தப் பதிலை தெரிவித்திருக்கிறார். அவர் வங்காளியாக இருந்திருந்தால் சரியான பதிலைக் கொடுத்திருப்பார் என்று வாதிட்டார். மேலே கொடுக்கப்பட்ட கேள்வி பதில், ஓர் உதாரணம்தான். சௌத்ரி, சந்நியாசியைப் பல கேள்விகள் கேட்டு மடக்கப் பார்த்தார்.

ஆனால், நீதிபதி இதை ஏற்றுக்கொள்ளவில்லை. படிப்பறிவில்லாத ஒருவரை ஒரே மாதிரியாக கேள்வியைக் கேட்டு வந்தால், அவர் அது தொடர்பான பதில்களைத்தான் தருவார். அதை வைத்துக்கொண்டு அவர் இந்த இனத்தவர், இந்த மொழி பேசுபவர் என்று முடிவு செய்துவிட முடியாது. சந்நியாசி ஹிந்துஸ்தானியாக இருந்தால், அதை வேறுவிதத்தில் நிரூபித்திருக்கலாம். ஆனால், அதை செய்வதை விட்டு விட்டு தேவையற்ற கேள்விகளைக் கேட்டு சௌத்ரி நேரத்தை வீணடித்துவிட்டார். ஒருவர் உண்மையாகவே ஹிந்துஸ்தானியாக இருந்தால் அவர் எத்தனை ஆயிரம் மைல் தொலைவில் இருந்தாலும் அவருடைய அடிப்படை எண்ணத்தை, சிந்தனையை, குணாதிசயத்தை மாற்ற முடியாது. அதை வெளிக்கொணர்வது என்பது பெரிய கஷ்டமான விவகாரம் ஒன்றும் கிடையாது. அதுவும் சந்நியாசி போன்ற படிப்பறிவில்லாத நபரிடம்!

சௌத்ரி, சந்நியாசியை ஒரு ஹிந்துஸ்தானி என்று நிரூபிக்கக் கையாண்ட ஒவ்வொரு முயற்சியும் தோல்வியில் முடிந்தது.

சந்நியாசி தொடுத்த வழக்கில் சாட்சி விசாரணை, விவாதம் எல்லாம் முடிந்தது. வழக்கு விசாரணை மூன்று

ஆண்டுகள் நடைபெற்றது. மொத்தமாக சுமார் 1548 சாட்சிகள் விசாரிக்கப்பட்டனர். 2000 ஆவணங்கள் குறியீடு செய்யப்பட்டன. 21 வயது முதற்கொண்டு 100 வயது நிரம்பியவர்கள் வரை சாட்சியமளித்தனர். சாட்சியமளித்தவர்களில் இந்துக்கள், முஸ்லீம்கள், கிறிஸ்தவர்கள், சீக்கியர்கள், பார்சிகள், நாக சந்நியாசிகள், திபெத்தியர்கள், ஆங்கிலேயர்கள் என்று பலரும் அடக்கம். வழக்கறிஞர்கள், மருத்துவர்கள், கல்லூரிப் பேராசிரியர்கள், பண்டிதர்கள், புகைப்படக்காரர்கள், சிற்பக் கலைஞர்கள், ஜமீன்தார்கள், விவசாயிகள், யானைப் பாகன்கள், வண்டி இழுப்பவர்கள், விலை மாதர்கள் என சமுதாயத்தின் அனைத்துத் தரப்பு மக்களும் சந்நியாசி வழக்கில் சாட்சியம் அளித்திருந்தனர். பதிவு செய்யப்பட்ட சாட்சியங்கள் மட்டும் 26 புத்தகங்களாகத் தொகுக்கப்பட்டன.

●

10

தீர்ப்பு

வழக்கை விசாரித்த டாக்கா மாவட்ட நீதிபதி பன்னாலால் பாசு, விசாரணையின் முடிவில் தொகுக்கப் பட்ட 26 புத்தகங்களில் அடங்கிய சாட்சியங்களை படித்தார். தாக்கல் செய்யப்பட்ட அனைத்து ஆவணங் களையும் பரிசீலனை செய்தார். பின்னர், சுமார் 600 பக்கங்கள் கொண்ட தன்னுடைய தீர்ப்பைத் தயார் செய்தார். அனைவரும் ஆவலுடன் எதிர்பார்த்த அந்த நாளும் வந்தது. 1936, ஆகஸ்ட் 24.

இந்தத் தீர்ப்புக்காக டாக்கா, கல்கத்தா மட்டுமல்ல, வங்கதேசம் மட்டுமல்ல, இந்தியாவில் ஆங்கிலேயர் களின் ஆட்சிக்கு உட்பட்ட அனைத்து பிரதேசங்களுமே மிகுந்த எதிர்பார்ப்புடன் காத்திருந்தன. இம்மாதிரி ஒரு வழக்கு இதுவரைக்கும் நடந்ததே இல்லை. இந்த வழக்கில் நீதிபதி என்ன தீர்ப்பு வழங்கப் போகிறாரோ என்று இருதரப்பினரும், அவர்களைச் சார்ந்தவர்களும் கையைப் பிசைந்துகொண்டு காத்திருந்தனர்.

தீர்ப்பு அளிக்கப்பட்டது.

'நான் வழக்கில் கொடுக்கப்பட்ட அனைத்து சாட்சியங்களையும் மிகுந்த கவனத்துடன் அலசினேன். இரு தரப்பு வழக்கறிஞர்களும் வழக்கு தொடர்பான எந்த ஒரு விஷயத்தையும் விட்டுவைக்கவில்லை. இந்த வழக்கில் நான் வழங்கும் தீர்ப்பின் தாக்கம் அளப்பரியதாக இருக்கும் என்பதை உணர்வேன். சாதாரண மனிதர்கள் தொடங்கி மெத்தப் படித்த மேதாவிகள் வரை அனைவரும் இந்த வழக்கில் சாட்சியம் அளித்திருக்கிறார்கள். இவர்தான் அவர் என்று முடிவு செய்வது அவ்வளவு எளிமையான செயல் இல்லை. ஆனால், எது எப்படியோ ஒரு விஷயத்தை நாம் அனைவரும் ஏற்றுக்கொண்டுதான் ஆகவேண்டும். ஒரு மனிதனின் உடம்பில் இருக்கும் அனைத்து அங்க அடையாளங்களும் ஒரு சேர இன்னொரு மனிதனிடம் காணமுடியாது.

இந்த வழக்கே சந்நியாசியின் சதி என்று எதிர் தரப்பில் வாதிடப்பட்டது. ஆனால், சதி எதுவும் நிரூபிக்கப்படவில்லை. இந்த வழக்கு இவ்வளவு தீவிரமாக நடத்தப்பட்டதற்கு காரணம் ஒருவர்தான். அவர் வேறு யாரும் இல்லை. பிபாவதியின் சகோதரராகிய சத்திய பாபு. இந்த வழக்கை எப்படியாவது ஜெயிக்க வேண்டும் என்று சத்திய பாபு பல தகிடுதத்தங்களைச் செய்திருக்கிறார். அவருக்குத் துணையாக ஆங்கில அரசாங்கம் செயல்பட்டிருக்கிறது. ஒரு கட்டத்தில் மக்களுக்கே இந்த வழக்கு சந்நியாசிக்கும் பிபாவதிக்கும் இடையே நடக்கவில்லை, ஆங்கிலேய அரசாங்கத்துக்கும் சந்நியாசிக்கும் இடையே நடக்கிறது என்ற உணர்வை ஏற்படுத்தத் தவறவில்லை.

இந்த வழக்கின் முடிவால், பிபாவதிக்கு எந்த நன்மையோ பாதிப்போ ஏற்படப்போவதில்லை. பிபாவதி ஒரு கைப்பாவை. இந்த வழக்கின் நல்லது கெட்டது அனைத்தும் சத்திய பாபுவைத்தான் பாதிக்கும். சத்திய பாபு என்ன சொல்கிறாரோ அதன்படிதான் நடந்து கொண்டிருக்கிறார் பிபாவதி. பிபாவதி, மேஜோ குமாரின் மனைவி என்று அறியப்பட்டதைவிட, அவர்

சத்திய பாபுவின் சகோதரி என்பதே மக்களுக்குப் பரிச்சயம். உண்மையை மறைக்க சத்திய பாபு பலவாறாகப் போராடினார். இருந்தும் என்ன பயன்? உண்மையை யாராலும் மறைக்க முடியாது. சாட்சிகளின் அடிப்படையில் பார்க்கும்போது தெள்ளத் தெளிவாக தெரிவது, சந்நியாசிதான் மேஜோ குமார், பாவல் ராஜ்ஜியத்தின் இரண்டாம் குமாரரான ராமேந்திர நாராயண் ராய்!'

நீதிபதி சொன்னதுதான் தாமதம், நீதிமன்றத்தில் கூடி இருந்த கூட்டம் உணர்ச்சி வயப்பட்டது. அதுவரைக்கும் குண்டூசி விழுந்தால்கூடக் கேட்கும் அளவுக்கு நீதி மன்றத்தில் அமைதி காத்த கூட்டம், சந்நியாசிதான் மேஜோ குமார் என்று அறிவிக்கப்பட்டவுடன் சந்தோஷத்தில் ஆர்ப்பரித்தது. நீதிமன்றத்தின் உள்ளே இருந்த கூட்டத்தினரிடம் சந்தோஷம் கரை புரண்டு ஓடியது. நீதிமன்றத்துக்கு வெளியே நின்ற கூட்டத்தினருக்குச் செய்தி கிடைத்தவுடன் பட்டாசுகள் வெடிக்க ஆரம்பித்துவிட்டன. தீர்ப்பைக் கேட்க வந்த பெருந்திரளான கூட்டத்தினர் 'ராமேந்திரா வாழ்க' என்று கோஷம் போட ஆரம்பித்துவிட்டனர்.

இந்தத் தீர்ப்பைக் கேட்ட மாத்திரத்தில் பிபாவதிக்கு மயக்கமே வந்துவிட்டது. சத்திய பாபுவுக்கும் அவரைச் சேர்ந்தவர்களுக்கும் முகத்தில் ஈயாடவில்லை. பிபாவதி தரப்பினரை நீதிமன்றவளாகத்திலிருந்து வெளியே கூட்டிச்சென்று காரில் ஏற்றுவதற்குள், காவல் பாதுகாப்பு வழங்கியவர்களுக்குப் போதும் போதும் என்றாகி விட்டது.

நீதிபதி பன்னாலால் வழங்கிய தீர்ப்பைப் படித்தவர்கள், அதை வெகுவாகப் பாராட்டினர். அதில், சட்ட ரீதியாகவோ சமூக ரீதியாகவோ ஒரு தவறைக் கூடச் சுட்டிக்காட்ட முடியவில்லை என்று பலரும் புகழ்ந்தனர்.

•

பாவல் சந்நியாசி வழக்கு விசாரணை நடந்து கொண்டிருந்த நேரத்தில் நீதிபதி பன்னாலால் பாசு ஒரு

வாடகை வீட்டில் வசித்து வந்தார். அந்த வீட்டுக்குத் தினமும் காய்கறிகள் மற்றும் பழங்கள் விற்க வரும் ஒருவரிடம் அந்த வீட்டில் இருந்த ஒரு பெண்மணி, 'ஏம்பா சந்நியாசி வழக்கைப் பற்றித்தான் ஊரெல்லாம் பேச்சு, நீ என்ன நினைக்கிறாய்? அந்த சந்நியாசி உண்மையாகவே ராஜ்குமாரா அல்லது போலியா?' என்று பேச்சு வாக்கில் விசாரித்தார். அதற்கு அந்தக் காய்கறி வியாபாரி, 'அம்மா அந்த சந்நியாசிதான் உண்மையான குமார். அதுல எந்தச் சந்தேகமும் இல்லை. ஆனா இந்த ஜட்ஜு இருக்கான் பாருங்க, அவன்தான் அதைச் சொல்லி இந்த வழக்கை சீக்கிரமாக முடிக்கணும்!' என்றார்.

காய்கறிக்காரர் சொல்வதைக் கேட்டுச் சிரித்துக் கொண்ட அந்தப் பெண்மணி ஒன்றும் சொல்லாமல் சென்றுவிட்டார். பாவம் அந்த காய்கறிக்காரருக்குத் தெரியாது, அந்தப் பெண்மணிதான் நீதிபதி பன்னாலால் பாசுவின் மனைவி என்று!

பாவல் சந்நியாசி வழக்கில் விசாரணை முடிந்து தீர்ப்பு எழுதுவதற்கு நீதிபதி பன்னாலால் பாசுவுக்கு மூன்று மாதங்கள்தான் தேவைப்பட்டன. சிக்கலான ஒரு பெரிய வழக்கில், வசதிகள் குறைந்த அக்காலத்தில் இவ்வளவு சீக்கிரம் தீர்ப்பு வெளியிட்டது மிகவும் பாராட்டுக்குரிய விஷயம். இன்றைய நீதிமன்றங்களிலெல்லாம் சாதாரண வழக்குகளில்கூட தீர்ப்பு வழங்குவதற்குப் பல மாத காலம் எடுத்துக்கொள்ளப்படுகிறது.

பன்னாலால் பாசு தினமும் காலையில் சுறுசுறுப்பான நடைப்பயணம் மேற்கொள்வார். பின்னர், காலை உணவை முடித்துவிட்டு மாலை வரை தீர்ப்பு எழுதுவதில் தன்னுடைய நேரத்தை செலவிடுவார். தன்னுடைய தீர்ப்பை தன் கைப்பட எழுதுவார். பின்னர் அவரே அதைத் தட்டச்சு இயந்திரத்தில் டைப் செய்வார். அரசாங்கம் அவருக்கு இரண்டு டைப்பிஸ்ட்/ஸ்டெனோ அளித்திருந்த போதும் அவர்களுடைய சேவையை அவர் உபயோகிக்கவில்லை. காரணம், விசாரித்த வழக்கு அப்படிப்பட்டது. தன்னுடைய தீர்ப்பு விவரங்கள் தன்னால் வெளியிடப்படும்வரை யாருக்கும் தெரியக் கூடாது என்று மிகவும் கவனமாகப் பார்த்துக்

கொண்டார். தன்னுடைய தீர்ப்பு, மேல் முறையீட்டுக்கு ஆட்படும் என்று உணர்ந்த நீதிபதி பன்னாலால் பாசு, தன்னுடைய தீர்ப்பைத் தெளிவாகவும் சுருக்கமாகவும், சரியாகவும் இருக்கும்படி மிகவும் கவனத்துடன் எழுதினார். அவர் தீர்ப்பில் இடம்பெற்ற ஒவ்வொரு வார்த்தையும், வரியும், பத்தியும் முக்கியமானவை.

மாலையில் தன்னுடைய வேலையை முடித்துக் கொண்டு தன்னுடைய படிக்கும் அறையைப் பூட்டுப் போட்டு பூட்டிவிட்டு உணவருந்தச் சென்றுவிடுவார். இரவில் தூங்கும்போது படிப்பறையின் சாவியை தன் தலைமாட்டுக்குக் கீழ் உள்ள தலையணையின் அடியில் வைத்துவிட்டு தூங்கச் செல்வார். அவருடைய படிப்பறையின் சுவர்களில் வழக்குக்குத் தொடர்புடைய ஆவணங்களும், புகைப்படங்களும், நாளேடுகளில் வந்த செய்திகளும் மாட்டப்பட்டிருக்கும்.

பாவல் சந்நியாசி வழக்கில் தீர்ப்பளித்த பிறகு, பன்னாலால் பாசு, நீதித் துறையிலிருந்து விருப்ப ஓய்வு பெற்றுக்கொண்டார். அப்போது அவருக்கு வயது 49. அந்த வயதில் அவர் டாக்கா போன்ற ஒரு முதன்மையான மாவட்ட நீதிமன்றத்தில் அமர்வு நீதிபதியாகச் செயல்புரிந்திருக்கிறார் என்றால், அவர் வெகு விரைவிலேயே கல்கத்தா உயர் நீதிமன்றத்திற்குப் பதவி உயர்வு பெற்று உயர்நீதிமன்ற நீதிபதியாகி இருக்கக் கூடும். ஆனால், பன்னாலால் பாசு அதற்கு விரும்பவில்லை. இந்தியாவில் மட்டும் இல்லை, இங்கிலாந்து, அமெரிக்கா போன்ற நாடுகளிலும் அவருக்கு நல்ல பெயர் இருந்தது. பாவல் சந்நியாசி வழக்கைச் சிறந்த முறையில் கையாண்டதால் அனைவரின் பாராட்டையும் பெற்றார். இந்த வழக்கில் பன்னாலால் பாசு வழங்கிய தீர்ப்பு, இந்திய ஆவணக் காப்பகத்தில் பாதுகாப்பாக வைக்கப்பட்டிருக்கிறது.

•

11

மேல் முறையீடு

நீதிபதி பன்னாலால் பாசு எதிர்பார்த்ததுபோல், பிபாவதி மற்றும் பாவல் ஜமீனை நிர்வகித்து வந்த நீதிமன்றக் காப்பாளர்கள் அனைவரும் சேர்ந்து, டாக்கா மாவட்ட நீதிமன்றத் தீர்ப்பை எதிர்த்து கல்கத்தா உயர் நீதிமன்றத்தில் மேல் முறையீடு செய்தனர். மேல் முறையீடு 1936ல் தாக்கல் செய்யப்பட்டாலும், விசாரணைக்கு 1939ல்தான் எடுத்துக் கொள்ளப்பட்டது.

கல்கத்தா உயர் நீதிமன்றம், பிபாவதியும் மற்றவர்களும் தாக்கல் செய்த மேல்முறையீட்டு வழக்கை விசாரிக்க சிறப்பு பெஞ்ச் ஒன்றை ஏற்பாடு செய்தது. சிறப்பு பெஞ்சில் மூன்று நீதிபதிகள் இருந்தனர். அவர்கள், கல்கத்தா நீதிமன்றத்தின் தலைமை நீதிபதி சர் லியோனார்ட் காஸ்டெல்லோ, நீதிபதி சாரு சந்திர பிஸ்வாஸ் மற்றும் நீதிபதி ரொனால்ட் பிரான்சிஸ் லாட்ஜ்.

1938 நவம்பர் 14ல், மேல்முறையீட்டு விசாரணை தொடங்கியது. இரு தரப்பிலிருந்தும் சிறந்த

வழக்கறிஞர்கள் வாதாடினார்கள். மேல்முறையீட்டாளர்கள் தரப்பில், 'மேஜோ குமார் இறக்கவில்லை என்று சந்நியாசியால் நிரூபிக்க முடியவில்லை' என்று வாதிட்டனர். சந்நியாசி தரப்பில், 'மேஜோ குமார் இறக்கவில்லை என்றும், மேஜோ குமார்தான் சந்நியாசி என்றும் நிரூபிக்கப்பட்டுவிட்டதாகவும், கீழ் நீதிமன்றத்தின் தீர்ப்பில் எந்தத் தவறும் இல்லை' என்றும் வாதிடப்பட்டது. மேல்முறையீட்டின் விசாரணை, 1939 ஆகஸ்ட் 14ல் முடிவடைந்தது.

விசாரணை முடிந்ததும் தலைமை நீதிபதி காஸ்டெல்லோ, தன்னுடைய சொந்த ஊரான இங்கிலாந்துக்கு விடுப்பில் சென்றுவிட்டார். அவர் கல்கத்தா திரும்பியவுடன் அந்த ஆண்டு நவம்பர் மாதமே மேல் முறையீட்டு வழக்கில் தீர்ப்பு வெளியிடுவதாக திட்டமிடப்பட்டிருந்தது. ஆனால், துரதிர்ஷ்டவசமாக தலைமை நீதிபதியால் குறிப்பிட்ட தேதியில் கல்கத்தாவுக்குத் திரும்பமுடியவில்லை. காரணம், ஹிட்லர். அடால்ஃப் ஹிட்லர் 1939 செப்டம்பர் 19ல், ஐரோப்பாவில், இரண்டாம் உலக யுத்தத்தைத் தொடங்கியிருந்தார். இரண்டாம் உலக யுத்தத்தால் இங்கிலாந்துக்கும் இந்தியாவுக்கும் இடையிலான கப்பல் போக்குவரத்து தடைபட்டிருந்தது.

விசாரணை முடிந்த ஒரு வழக்கில் வெகுநாள்களுக்குத் தீர்ப்பைத் தள்ளிப்போட முடியாது. எனவே, நீதிபதி பிஸ்வாசும், நீதிபதி லாட்ஜூம் தத்தம் தீர்ப்புகளை வெளியிட்டனர். பெருந்திரளான கூட்டம் கூடியிருந்த கல்கத்தா உயர் நீதிமன்ற வளாகத்தில், முதலில் நீதிபதி பிஸ்வாஸ் தன்னுடைய தீர்ப்பைப் படித்தார். அவருடைய தீர்ப்பு, சுமார் 433 பக்கங்களைக் கொண்டது. வழக்கின் ஒவ்வொரு விஷயத்தையும் தன்னுடைய தீர்ப்பில் நன்கு அலசியிருந்தார், நீதிபதி பிஸ்வாஸ்:

'நான் டாக்கா நீதிபதி பன்னாலால் பாசுவின் தீர்ப்பில் உடன்படுகிறேன். மிகவும் சிக்கலான இம்மாதிரி வழக்கில் மிகவும் ஆழமாகவும், தெளிவாகவும் முடிவெடுத்திருக்கும் நீதிபதி பன்னாலால் பாசுவுக்கு என் முதன்மைப் பாராட்டுகள். நான் நீதிபதி பன்னாலால்

பாசுவின் தீர்ப்பைத் திரும்பத் திரும்பப் படித்துப் பார்த்தேன். அதிலிருந்து என்னால் ஒரு தவறைக் கூட சுட்டிக்காட்ட முடியவில்லை. சிறிய விஷயங்களில்கூட நீதிபதி பன்னாலால் பாசு மிகவும் கவனமாக இருந்திருக்கிறார். நான் என்னுடைய இந்தத் தீர்ப்பை தயாரிக்கும்போதுதான் ஒரு விஷயத்தை நினைத்து மிகவும் நெகிழ்ந்து போனேன். நான் என்னுடைய தீர்ப்பை எழுத எடுத்துக்கொண்ட நேரத்தில் பாதி நேரத்தைத்தான் நீதிபதி பன்னாலால் பாசு எடுத்துக் கொண்டிருக்கிறார். அதிலும், குறிப்பிடப்பட வேண்டிய செய்தி என்னவென்றால், எனக்கு உயர் நீதிமன்றத்தில் இருக்கும் வசதிகள்போல நீதிபதி பன்னாலால் பாசுவுக்கு டாக்கா மாவட்ட நீதிமன்றத்தில் வசதிகள் கிடையாது. நீதிபதி பன்னாலால் பாசு வெளியிட்ட தீர்ப்பில் எந்தத் தவறும் இருப்பதாகத் தெரியவில்லை. அதனால் நான் அவரது தீர்ப்பில் தலையிட விரும்பவில்லை. இதன் காரணம் பொருட்டு, பிபாவதியும் ஏனையவர்களும் உயர் நீதிமன்றத்தில் தாக்கல் செய்த இந்த மேல்முறையீட்டைத் தள்ளுபடி செய்கிறேன்.'

அடுத்து நீதிபதி ரொனால்ட் லாட்ஜ் தன்னுடைய தீர்ப்பை வாசிக்க ஆரம்பித்தார். அவர் 300 பக்கங்களுக்குத் தன்னுடைய தீர்ப்பை எழுதியிருந்தார். நீதிபதி லாட்ஜ் தன்னுடைய தீர்ப்பை வாசித்து, அதை கேட்டுக் கொண்டிருந்த கூட்டத்தினர் மத்தியில் ஒரு குண்டைப் போட்டார்.

'நான் கீழ் நீதிமன்றத் தீர்ப்பை ஏற்றுக்கொள்ளவில்லை. மதிப்புமிக்க நீதிபதி பன்னாலால் பாசு, பாரபட்சமாக முடிவெடுத்ததாகத் தெரிகிறது. வழக்கு விசாரணை முழுவதிலும் சந்நியாசி தரப்பில் அளிக்கப்பட்ட சாட்சியங்களுக்கு, நீதிபதி பன்னாலால் பாசு அதிக முக்கியத்துவம் கொடுத்ததாகத் தெரிகிறது. அப்படி, சந்நியாசியின் சாட்சிகளுக்கு முக்கியத்துவம் கொடுத்ததால், அந்தச் சாட்சிகளின் நம்பகத்தன்மையைச் சோதித்ததாகத் தெரியவில்லை. மேஜோ குமாரின் சகோதரி ஜோதிர்மாயி நீதிமன்றத்தில் அளித்த

சாட்சியத்தை என்னால் ஏற்றுக்கொள்ளவே முடியவில்லை. ஜோதிர்மாயியின் சாட்சியம் உண்மையானதாக இருக்குமா என்பது என் சந்தேகம். மேலும், மேஜோ குமாருக்கு அஷுதோஷ் பாபுவால் ஆர்ஸனிக் விஷம் கொடுக்கப்பட்டது என்றும், அதன் பாதிப்பால்தான் அவர் மூர்ச்சை அடைந்தார் என்றும், அதற்குப் பிறகு அவருக்கு ஈமக் காரியங்கள் செய்ய சுடுகாட்டுக்கு எடுத்துச்செல்லப்பட்டார் என்பதற்கெல்லாம் ஒரே சாட்சி, சந்நியாசி மட்டுமே. அந்தச் சாட்சியை உறுதி செய்ய வேறு சாட்சிகள் இல்லை. இப்படிப்பட்ட சூழ்நிலையில் சந்நியாசியின் சாட்சியத்தை மட்டுமே வைத்துக்கொண்டு முடிவு எடுப்பது சரியானதாகத் தோன்றவில்லை.

மேஜோ குமார் நோய்வாய்ப்பட்டு இறந்ததாகச் சொல்லப்படும் செய்தியில் மூன்று விதமான கருத்து நிலவுகிறது. இப்படி பல்வேறு கருத்துகள் நிலவும் பட்சத்தில் சந்நியாசியின் கூற்றுதான் சரியாக இருக்கும் என்று முடிவெடுத்திருப்பது சரியில்லை.

டாக்கா நீதிமன்றத்தில் வழக்கு நடந்த சமயத்தில் பார்வையாளர்கள், மக்கள் என்று அனைவருமே சந்நியாசியின் பக்கம்தான் இருந்திருக்கின்றனர். பத்திரிகைகளிலும், நாளேடுகளிலும், துண்டுப் பிரசுரங்களிலும் சந்நியாசியின் பக்கம் நியாயம் இருப்பதாகவும், எதிர்தரப்பு அநியாயம் செய்துவிட்டதாகவும், அவர்கள் மீது தேவையில்லாத அவதூறுகள் செய்யப்பட்டிருக்கின்றன. நீதிமன்றத்தில் வழக்கு நடந்து கொண்டிருந்த சமயத்தில், பிபாவதியின் தரப்புக்கு விரோதமான சூழ்நிலையே இருந்திருக்கிறது. இந்த நிலையில், டாக்கா நீதிமன்றத்தில் வழக்கு நடைபெற்றது பிபாவதித் தரப்பினருக்குப் பாதகமாக அமைந்துவிட்டது.

அஷுதோஷ் பாபு, மேஜோ குமாருக்கு ஆர்ஸனிக் கலந்த மருந்தைக் கொடுத்தது, மேஜோ குமாரைக் கொலை செய்வதற்குத்தான் என்று சொல்வது ஏற்புடையதல்ல. மலேரியா போன்ற நோயைக் குணப்படுத்துவதற்கு ஆர்சனிக் குறிப்பிட்ட அளவு பயன்படுத்தப்பட்டு

வருகிறது. உண்மையாக மேஜோ குமாரை குணப்படுத்துவதற்காகக்கூட, அவருக்கு ஆர்சனிக் கொடுக்கப்பட்டிருக்கலாம்.

அதேபோல், டாக்டர் கால்வெர்ட், மேஜோ குமாருக்கு பிலியரி காலிக் இருந்திருக்கலாம் என்று சொன்னதைச் சந்தேகிக்கவில்லை. மே 8ம் தேதி, மேஜோ குமாருக்கு உடல் ரீதியில் ஏற்பட்ட அறிகுறிகள் எல்லாம் அவர் மேற்படி நோயால் பாதிக்கப்பட்டதாலும், அவருக்குப் பேதி மருந்து வழங்கப்பட்டதாலும்தான் ஏற்பட்டிருக் கிறது.'

டார்ஜிலிங்கில் சம்பவத்தன்று மழை பெய்தது, டார்ஜிலிங் பங்களாவின் மேற்பார்வையாளர் ராம் சிங் சுபாவின் சாட்சி, சாதுக்கள் மேஜோ குமாரைக் காப்பாற்றியதாகச் சொல்வது என அனைத்தையும் மறு ஆய்வு செய்து, அவற்றின் நம்பகத்தன்மையைக் குறித்து பல கேள்விகளை எழுப்பி, இறுதியில் இவையெல்லாம் கட்டுக்கதை என்ற தன்னுடைய முடிவை வெளியிட்டார்.

உடன்பிறந்ததாகச் சொல்லப்படும் சகோதரிக்கு, 12 வருடங்களாகத் தேடிவரும் தன்னுடைய தமையனாரை பார்த்தவுடனேயே அடையாளம் கண்டுபிடிக்க முடியாமல் போனது ஏன் என்ற கேள்வியை எழுப்பினார் நீதிபதி லாட்ஜ். மேலும் சந்நியாசியின் சகோதரி மகள் தேபூ, குடும்பப் புகைப்படத்தை சந்நியாசியிடம் காட்டியவுடன் அவர் அதைப் பார்த்து அழுதார் என்று சொல்வது ஹாலிவுட் படத்தையே மிஞ்சிவிட்டது என்று தெரிவித்தார் நீதிபதி லாட்ஜ்.

சந்நியாசி ஜெய்தேபூரில் முதன் முதலில் தன்னுடைய தங்கை ஜோதிர்மாயி வீட்டுக்குச் சென்றதும், அங்கு அவருடைய பாட்டி மற்றும் ஏனைய குடும்பத்தாரைப் பார்த்தது, பின்னர் உணவருந்தியது, அதன் பின்னர் 'நான் அவன் இல்லை' என்று சொன்னது போன்ற நிகழ்ச்சிகளை சந்நியாசி விவரித்திருப்பது, ஒரு நல்ல குடும்ப நாவலைப் படித்த உணர்வை ஏற்படுத்திய தாகவும் நீதிபதி லாட்ஜ் கிண்டலாகத் தெரிவித்தார்.

மேலும், நீதிபதி லாட்ஜ் தன்னுடைய தீர்ப்பில்

குறிப்பிட்ட பின்வரும் விவரங்கள் அனைவரையும் தூக்கிவாரிப்போட்டன. அவர் தன்னுடைய தீர்ப்பில், சந்நியாசியும் மேஜோ குமாரும் ஒரே உருவம் கொண்டிருந்தார்கள் என்று சொல்வது தவறு என்று கூறினார். இருவரின் உடலிலும் உள்ள அங்க, அடையாளங்களைப் பார்க்கும்போது இருவரும் ஒருவரே என்ற முடிவுக்கு என்னால் வரமுடியவில்லை. சந்நியாசி வங்காள மொழியைவிட ஹிந்தி நன்றாகப் பேசியிருக்கிறார். அதனால் அவர் ஒரு வங்காளியாக இருக்கமுடியாது. அவர் நிச்சயமாக ஒரு ஹிந்துஸ்தானி யாகத்தான் இருக்க முடியும். அந்த ஹிந்துஸ்தானியான சந்நியாசிக்கு மேஜோ குமார் பற்றிய அனைத்து விவரங்களும் சொல்லிக்கொடுக்கப்பட்டிருக்கின்றன.

மேஜோ குமார் இறந்துவிட்டார் என்பதில் சிறிதளவும் ஐயம் இல்லை. இப்பொழுது நான்தான் மேஜோ குமார் என்று சொல்லிக் கொள்பவர் ஒரு போலி; உண்மையான மேஜோ குமார் இவரில்லை என்று நீதிபதி லாட்ஜ் தன்னுடைய தீர்ப்பை வெளியிட்டு, கூடி இருந்த அனைவரையும் அதிர்ச்சியில் ஆழ்த்திவிட்டார். மேலும், பிபாவதியும் மற்றவர்களும் தாக்கல் செய்த மேல்முறையீட்டை அனுமதித்து, நீதிபதி பன்னாலால் பாசு வெளியிட்ட தீர்ப்பைத் தள்ளுபடி செய்தார், நீதிபதி ரொனால்ட் பிரான்சில் லாட்ஜ்.

தீர்ப்பைப் படித்து முடித்தவுடன் அங்கிருந்தவர்கள் முகங்களில் (பிபாவதி தரப்பினர்களைத் தவிர) ஈயாடவில்லை. பிபாவதி தரப்பினர்களுக்கு லாட்ஜின் தீர்ப்பு, இன்ப அதிர்ச்சி. அவர்கள் முகத்தில் ஒரேமலர்ச்சி. தீர்ப்பைக் கேட்ட சில நிமிடங்களில் பார்வையாளர்கள் மத்தியில் சலசலப்பு ஏற்பட்டது. என்னடா இது! ஒரு நீதிபதி சந்நியாசிதான் மேஜோ குமார் என்று தீர்பளித்திருக்கிறார். ஆனால், இன்னொருவர் சந்நியாசி, மேஜோ குமார் இல்லை என்கிறாரே என்று அனைவர் மத்தியிலும் ஒரு கேள்வி. அடுத்தது என்னவாகும் என்று குழப்பம். கிரிக்கெட் விளையாட்டில் இரண்டு அணிகளுக்கும் இடையே டை ஆனது போல ஆகிவிட்டதே? இந்த இருவேறுபட்ட கருத்தை

வைத்துப் பழைய சர்ச்சைகள் அனைத்தும் புதிய வடிவம் பெற்றன. 20 ஆண்டுகளுக்கு முன்னர் இந்த வழக்கு எங்கு ஆரம்பித்ததோ அதே இடத்துக்குப் போய்விட்டது.

கல்கத்தா முழுவதும் இந்த வழக்கையும் அதன் தீர்ப்பையும் பற்றித்தான் பேச்சு. அடுத்த நாள் வெளியான அனைத்து செய்தித்தாள்களிலும் நாளேடுகளிலும், இந்த வழக்கைப் பற்றிய விவரங்கள், தலைப்புச் செய்தியாக வெளியாகியிருந்தன. வழக்கின் செய்தியும் அதன் சுவாரஸ்யமும் கல்கத்தாவையும் கடந்து சென்னை, தில்லி, பம்பாய் போன்ற இடங்களுக்கும் பரவியது. ராய்ச்சர் மற்றும் ஏனைய சர்வதேசப் பத்திரிகை நிறுவனங்களும் லண்டன், நியூயார்க் என்று அனைத்து உலக நகரங்களிலும் உள்ள தங்களது பத்திரிகைகளில் இந்த வழக்கைப் பற்றியும் அதன் தீர்ப்பைப் பற்றியும் செய்திகளை வெளியிட்டன.

ஆக, உயர் நீதிமன்ற நீதிபதிகள் இருவரும் இருவேறு முரண்பாடான தீர்ப்புகளை வெளியிட்டுவிட்டனர். சந்நியாசிதான் மேஜோ குமாரா? இல்லையா? என்ற கேள்விக்குப் பதிலளித்து, இந்த வழக்கை முடிவுக்குக் கொண்டுவர ஒரே நபரால்தான் முடியும். அவர்தான் கல்கத்தா உயர் நீதிமன்றத்தின் தலைமை நீதிபதி சர் லியோனார்ட் காஸ்டெல்லோ. பாவம், அவர்தான் இரண்டாம் உலக யுத்தம் தொடங்கியதால் இங்கிலாந்தில் மாட்டிக்கொண்டாரே, என்ன செய்வது! இங்கிலாந்து சென்று கிட்டத்தட்ட ஓர் ஆண்டு ஆகும் தருவாயிலும், தலைமை நீதிபதி காஸ்டெல்லோவால் கல்கத்தாவுக்குத் திரும்ப முடியவில்லை. ஆனால் தலைமை நீதிபதி, தீர்ப்பு வழங்குவதில் இன்னமும் காலம் தாழ்த்த விரும்பவில்லை. தான் எழுதித் தயார் செய்து வைத்திருந்த தீர்ப்பை கல்கத்தா நீதிமன்றத்துக்குத் தபாலில் அனுப்பி வைத்தார்.

சந்நியாசி வழக்கில், தலைமை நீதிபதியின் தீர்ப்பை கல்கத்தா நீதிமன்றத்தில் வெளியிடுவதற்கு ஏற்பாடுகள் செய்யப்பட்டன. தலைமை நீதிபதியின் தீர்ப்பு வெளியிடப்படும் நாள், அனைத்து தரப்பினருக்கும் அறிவிக்கப்பட்டது. தீர்ப்பு வெளியிடப்படும் நாளன்று

ஜே ஜே என்று கூட்டம். நீதிமன்றத்தின் உள்ளே, வெளியே, நீதிமன்ற வளாகத்தைச் சுற்றியுள்ள தெருக்கள் என அனைத்து இடங்களிலும் தீர்ப்பைக் கேட்பதற்குக் கூட்டம் நிறைந்தது. கல்கத்தா நகரத்தின் முக்கிய சாலைகளெல்லாம் போக்குவரத்து நெரிசலால் ஸ்தம்பித்தன. நீதிமன்றத்தில் நீதிபதிகள் பிஸ்வாசும், லாட்ஜூம் வந்து அமர்ந்தார்கள்.

நீதிபதி பிஸ்வாஸ் ஆரம்பித்தார். 'முதலில் இந்த வழக்கை விசாரித்த எங்களின் மூத்த நீதிபதியான சர் லியோனார்ட் காஸ்டெல்லோவால், அவருடைய தீர்ப்பை வெளியிட இங்கு வரமுடியவில்லை. ஆனால், அவர் எழுதிய தீர்ப்பை எங்களுக்கு அனுப்பி, அதை வெளியிடுமாறு பணித்திருக்கிறார். நானும் என்னுடைய சகோதர நீதிபதியுமான நீதிபதி லாட்ஜூம், தலைமை நீதிபதியின் தீர்ப்பை இன்றுவரை படிக்கவில்லை. உங்கள் முன்னர்தான் நாங்கள் முதன் முதலாக தீர்ப்பைப் படித்து, அதில் என்ன குறிப்பிடப்பட்டிருக்கிறது என்று தெரிந்து கொள்ளப்போகிறோம்' என்று கூறிவிட்டு, சீல் செய்யப்பட்ட கவரைத் திறந்து அதிலிருந்த தீர்ப்பை எடுத்து வாசிக்க ஆரம்பித்தார் நீதிபதி பிஸ்வாஸ்:

'இம்மாதிரி ஒரு வழக்கு இந்திய நீதிமன்றத்தில் இதுவரை வந்ததில்லை. எந்த நாட்டு நீதிமன்றத்திலும் வந்ததில்லை. நீதித் துறையின் சரித்திரத்திலேயே இவ்வழக்கு தனித்துவம் பெற்றது என்று சொன்னால் அது மிகையாகாது' என்று குறிப்பிட்ட தலைமை நீதிபதி, மற்ற இரண்டு நீதிபதிகளையும்போல் இந்த வழக்கை ஆரம்பம் முதல் கடைசி வரை ஆராய்ந்து, முடிவில், கீழ் நீதிமன்றம் வழங்கிய தீர்ப்பில் தலையிடுவது சரியாக இருக்காது. எனவே இந்த மேல்முறையீடு நிலைக்கத்தக்கதல்ல' என்ற தன்னுடைய முடிவை தெரிவித்திருந்தார்.

இந்தத் தீர்ப்பை வாசிக்கக் கேட்ட பெருவாரியானவர்கள் நிம்மதிப் பெருமூச்சு விட்டனர். மூன்று நீதிபதிகளில், இருவர் மேல்முறையீட்டு மனு நிலைக்கத்தக்கதல்ல என்று முடிவெடுத்ததால், சந்நியாசி மேல்முறையீட்டு வழக்கிலும் ஜெயித்துவிட்டார்!

சர் லியோனார்ட் காஸ்டெல்லோவின் தீர்ப்பு வெளியான மறுநாள், கல்கத்தாவில் அதிகப் பிரதிகளை விற்கும் 'தி ஸ்டேட்ஸ்மன்' நாளேட்டில், 'The Romance of a Sanyasi' என்ற தலைப்பில் இந்த வழக்கைப் பற்றி மக்களின் கருத்தைப் பிரதிபலிக்கும் வகையில் ஒரு கட்டுரை வெளியிடப்பட்டது.

ஆனால், வழக்கு இன்னும் முடிந்த பாடு இல்லை. பிபாவதியின் சார்பில் மேலும் ஒரு மேல்முறையீடு தாக்கல் செய்யப்பட்டது. இந்தியா சுதந்தரம் அடைய வில்லை. உச்ச நீதிமன்றம் தோற்றுவிக்கப்படவில்லை. அந்தச் சூழ்நிலையில் ஏதாவது ஒரு உயர் நீதிமன்றத்தின் தீர்ப்பை எதிர்த்து மேல்முறையீடு செய்ய வேண்டு மென்றால், லண்டனில் உள்ள ப்ரிவி கவுன்சிலில்தான் மேல்முறையீடு செய்யவேண்டும். பிபாவதியும் அதைத் தான் செய்தார்.

ப்ரிவி கவுன்சிலில் பிபாவதிக்கு ஆஜரானவர், பிரபல வழக்கறிஞர் W.W.W.K.பேஜ். அவருக்குத் துணையாக செயல்பட்டவர், இந்திய வழக்கறிஞர் பி.பி.கோஷ். ப்ரிவி கவுன்சிலில் சந்நியாசிக்கு ஆஜரானவர், மிகவும் பிரசித்தி பெற்ற வழக்கறிஞர் டி.என்.பிரிட். இவர், இந்தியர்களின் சுதந்தரக் கோரிக்கைக்கு மிகவும் ஆதரவு தெரிவித்தவர். இந்த வழக்கில் இவருக்குத் துணையாக செயல்பட்ட இந்திய வழக்கறிஞர்கள் ஆர்.கே.ஹாண்டூ, யு.சென் குப்தா மற்றும் அரோபிந்தா குகா.

ப்ரிவி கவுன்சிலில் இந்த வழக்கை விசாரித்த நீதிபதிகள் லார்ட் தாங்கர்டன், லார்ட் டுயு பார்க் மற்றும் சர் மாதவன் நாயர். இந்த மாதவன் நாயர் சென்னை உயர் நீதிமன்றத்தில் நடைபெற்ற ஆஷ் கொலை வழக்கை விசாரித்த நீதிபதிகளில் ஒருவரான சர்.சங்கரன் நாயர் அவர்களின் மருமகன். இந்தியாவைப்பற்றி நன்கு தெரிந்தவரும், சிறந்த சட்ட வல்லுநருமாக இருந்ததால்தான், சர் மாதவன் நாயர் ப்ரிவி கவுன்சிலில் இந்த வழக்கை விசாரிக்க நீதிபதியாக அமர்த்தப்பட்டார்.

ப்ரிவி கவுன்சிலில், சுமார் 28 நாள்கள் விசாரணை நடைபெற்றது. மூன்று நீதிபதிகளின் சார்பில் லார்ட் தங்கர்டன், 1946 ஜூலை 30 அன்று தீர்ப்பை

வெளியிட்டார். வெறும் பத்து பக்கங்களிலேயே அந்தத் தீர்ப்பு முடிந்துவிட்டது. கல்கத்தா உயர் நீதிமன்ற தலைமை நீதிபதியின் தீர்ப்பு சரிதான் என்று சொல்லி, மேல்முறையீட்டைத் தள்ளுபடி செய்தது ப்ரிவி கவுன்சில்.

ப்ரிவி கவுன்சிலின் தீர்ப்பைப் பற்றி லண்டன் டைம்ஸ் செய்தி வெளியிட்டது. அதைத் தொடர்ந்து கல்கத்தாவின் பிரபல வங்காள மொழிப் பத்திரிகை 'அம்ரித பசார் பத்திரிக்கா' தன்னுடைய தலைப்புச் செய்தியில் 'ப்ரிவி கவுன்சிலின் தீர்ப்பு, குமார் ராமேந்திர நாராயண் ராய்க்குச் சாதகம்' என்று வெளியிட்டது.

•

அப்பாடா இதற்கு மேல், மேல் முறையீடு என்று ஒன்றும் இல்லை. ஒருவாறாக சந்நியாசி வழக்கு முடிவுக்கு வந்தது. இனியும் சந்நியாசி என்று அவரைச் சொல்லக்கூடாது. அது நியாயமாக இருக்காது. அதுதான் மூன்று நீதிமன்றங்களும் சந்நியாசிதான் மேஜோ குமார் என்று அறிவித்து விட்டனவே. எனவே, நாம் இனிமேல் அவரை மேஜோ குமார் என்றே அழைப்போம்.

மேஜோ குமார் திரும்பி வந்து 21 ஆண்டுகள் ஆகியும், பிபாவதி அவரை ஏறெடுத்தும் பார்க்கவில்லை. அவர் என் கணவர் இல்லை என்றே சொல்லிவந்தார். அந்த ஆள் ஒரு போலிச் சாமியார் என்றே வாதாடி வந்தார். வழக்கு நிலுவையில் இருக்கும் போதே, மேஜோ குமார் 1942ம் ஆண்டு சிரிஜாூக்தோ தாரா தேவி என்பவரைத் திருமணம் செய்து கொண்டார்.

மேஜோ குமார், தான் சந்நியாசியாக இருந்த சமயத்தில் யோக அபியாசங்கள் செய்து வந்த காரணத்தாலும், அதை வெகுநாள்கள் தொடர்ந்து வந்ததாலும் தனக்குச் சில சித்திகள் கிடைத்ததாகத் தன்னைச் சுற்றியிருந்தவர்களிடம் சொல்லிவந்தார்.

'நான் தொடர்ந்த வழக்கில் இறுதிவரை எனக்குச் சாதகமாகவே தீர்ப்பு வரும். தீர்ப்பு வந்த சில

நாள்களுக்குள்ளாகவே நான் இறந்து விடுவேன்' என்று மேஜோ குமார் சிலரிடம் தெரிவித்திருக்கிறார்.

ப்ரிவி கவுன்சிலின் தீர்ப்பு, தந்தி மூலம் கிடைக்கப்பெற்று சரியாக நான்காவது நாள், கல்கத்தாவில் உள்ள தாந்தோனியா கோயிலுக்குச் சென்று நன்றிக் கடன் செலுத்தவேண்டும் என்று விரும்பிய மேஜோ குமார், தனது வேண்டுதலின்படி அந்தக் கோயிலில் உள்ள காளிக்கு அபிஷேகம், ஆராதனை செய்தார். பின்னர் அங்கிருந்து வீடு திரும்பிய மேஜோ குமார், ரத்த வாந்தி எடுத்தார். சற்று நேரத்திற்கெல்லாம் மேஜோ குமார் இறந்துவிட்டார். அப்போது அவர் வயது, 63.

●

மேஜோ குமார் இறுதி வழக்கில் வெற்றி பெற்றதற்குப் பாராட்டு தெரிவிக்கும் பொருட்டு அங்கு வந்த அவருடைய சொந்தக்காரர்கள் மற்றும் வேண்டப்பட்டவர்களால் இறுதியில், இரங்கல்தான் தெரிவிக்க முடிந்தது.

மேஜோ குமார், அவருடைய குரு தரம் தாஸ் சொன்னதுபோல் தன்னுடைய கர்மத்தைக் கடந்து விட்டார். ராஜ்குமாராகத் தோன்றி சந்தர்ப்பவசத்தால் சந்நியாசியாகி மறுபடியும் ராஜ்குமாராக அங்கீகரிக்கப்பட்டு, ஆனால், அது நிலைப்பதற்குள் அனைவரையும் கடந்து சென்றுவிட்டார். எதுவுமே இந்த உலகத்தில் நிலையானதில்லை என்று தன்னுடைய வாழ்க்கை மூலம் அனைவருக்கும் உணர்த்திவிட்டுச் சென்றுவிட்டார் மேஜோ குமார்.

ஆனால், பிபாவதி அப்படி நினைக்கவில்லை. நீதிமன்றத்தில் வேண்டுமானால் தன்னுடைய மேல் முறையீடு தோற்றுப்போயிருக்கலாம். ஆனால், கடவுளிடம் தன்னுடைய முறையீடு தோற்கவில்லை என்றே கருதினார்.

மேஜோ குமார் இறந்த பிறகு பிபாவதிக்கும் மேஜோ குமாரின் இரண்டாம் மனைவியான தாரா தேவிக்கும்

சொத்துத் தகராறு ஏற்பட்டது. மேஜோ குமாரின் இரண்டாம் மனைவி தாரா தேவி, பிபாவதி, மேஜோ குமாரின் சொத்தை அனுபவிக்கத் தகுதியற்றவர்; அதனால் Court of Wards பிபாவதிக்குச் சொத்தில் பங்கு எதுவும் கொடுக்கக்கூடாது என்று பரிகாரம் கேட்டு நீதிமன்றத்தில் வழக்குத் தாக்கல் செய்தார். அவ்வாறு பரிகாரம் கேட்பதற்காக அவர் சொல்லிய காரணம் - 'ப்ரிவி கவுன்சில் சந்நியாசிதான் மேஜோ குமார் என்று தீர்ப்பு அளித்த பிறகும், பிபாவதி, சந்நியாசியை மேஜோ குமாராக அங்கீகரிக்கவில்லை, கணவராக ஏற்றுக் கொள்ளவில்லை. மேஜோ குமார் சமீபத்தில் இறந்த போது கூட அவரை வந்துப் பார்க்கவில்லை. மேஜோ குமாரின் ஈமக் காரியங்களில் கலந்துகொள்ளவில்லை. முறைப்படி, தான் செய்யவேண்டிய சடங்குகள் எதையும் பிபாவதி செய்யவில்லை. எனவே, அவர் இந்து சாஸ்திரத்தின்படி உண்மையான தர்மபத்தினி கிடையாது. பிபாவதி ஒரு தர்ம பத்தினியின் கடமையைச் செய்யத் தவறியதால், இறந்த கணவனின் சொத்தை அனுபவிக்க முடியாது'.

கீழ் நீதிமன்றம் இதை ஏற்றுக்கொண்டு தாரா தேவிக்குச் சாதகமாக தீர்ப்பு வழங்கியது. அதையடுத்து பிபாவதியின் சார்பில் கல்கத்தா உயர் நீதிமன்றத்தில் மேல் முறையீடு தாக்கல் செய்யப்பட்டது. மேல் முறையீட்டை விசாரித்த உயர் நீதிமன்ற நீதிபதிகள், ப்ரிவி கவுன்சிலின் உத்தரவை ஏற்காததால், ஒருவர் தர்ம பத்தினி அந்தஸ்தை இழந்துவிடுவார் என்ற வாதத்தை ஏற்கமுடியாது என்று கூறி மேல் முறையீட்டை அனுமதித்து, பிபாவதிக்கும் தாரா தேவிக்கும் மேஜோ குமாரின் சொத்தில் சரி சம பங்கு உண்டு என்று தீர்ப்பு வழங்கினர். பிபாவதி, சந்நியாசிதான் மேஜோ குமார் என்பதைத் தன் வாழ்நாள் இறுதிவரை ஏற்க மறுத்தார். பிபாவதி தன்னுடைய கொள்கையில் உறுதியாக இருந்து, சுமார் 20 வருடங்கள் கழித்து இறந்து போனார்.

இந்திய சுதந்தரத்துக்குப் பிறகு, பாவல் ராஜ்ஜியம் பாகிஸ்தானின் பகுதியாகிப் போனது. அப்பகுதியை கிழக்கு பாகிஸ்தான் என்று அழைத்தார்கள். இந்தியாவில்

ஜமீன் முறை ஒழிக்கப்பட்டது. அதே போல், கிழக்கு பாகிஸ்தானிலும் ஜமீன் முறை ஒழிக்கப்பட்டது. பாவல் ஜமீனின் சொத்துகளெல்லாம் அரசுடைமையாக்கப் பட்டன. அதை எதிர்த்து மூன்றாவது ராணியின் தத்துப் பிள்ளையும், மேலும் பல ஜமீன்தார்களும் அரசாங்கத்துக்கு எதிராக வழக்குத் தொடர்ந்தார்கள். ஜமீன்தார்களுக்காக இந்த வழக்கை வாதிட்டவர் டி.என். பிரிட் (ப்ரிவி கவுன்சிலில் பிபாவதிக்கு எதிராக வாதாடி வெற்றி பெற்ற அதே வழக்கறிஞர்தான்). வழக்கு தொடுத்தவர்களுக்குச் சொத்துகள் கிடைக்கவில்லை. ஆனால், அரசாங்கத்திடமிருந்து நஷ்ட ஈடு கிடைத்தது.

●

1971ம் ஆண்டு கிழக்கு பாகிஸ்தான், தனி நாடாக பங்களாதேஷ் என்ற பெயரில் உதயமானது. பாவல் ஜமீன் இப்பொழுது பங்களாதேஷ் காசிபூர் மாவட்டத்தில் உள்ளது. ராஜ்பாரி அரண்மனையில் மேஜோ குமார் வசித்து வந்த அறைகளெல்லாம் இப்பொழுது அரசு அலுவலகங்களாக மாறிவிட்டன. மேஜோ குமார் போலோ விளையாடி வந்த அரண்மனை மைதானம், இப்பொழுது அரசாங்கத்தின் கால்பந்து மைதானம். ஆனால், இப்பொழுதும் விடுமுறை நாள்களில், ராஜ்பாரி அரண்மனையைச் சுற்றிப் பார்க்க பலர் வந்து போகிறார்கள். ராஜ்பாரியைச் சுற்றிப்பார்க்க வருபவர்கள், அங்கு வாழ்ந்த மேஜோ குமாருடைய கதையைப் பகிர்ந்து கொள்ளாமல் செல்வதில்லை.

டாக்காவில் உள்ள பாவல் ராஜ்ஜியத்துக்குச் சொந்தமான பங்களா, பங்களாதேஷ் அரசால் அருங்காட்சியமாக மாற்றப்பட்டுவிட்டது. ஆனால், அருங்காட்சியகமும் சரியாகப் பராமரிக்கப்படாமல் சிதிலமடைந்துவிட்டது.

●

பங்களாதேஷின் தலைநகரான டாக்கா, பாவல் ராஜ்ஜியத்தின் ஒரு பகுதியில்தான் இருக்கிறது. இப்போது அங்கு ஒரு ராஜ்ஜியம் இருந்ததற்கோ, அரண்மனைகள் இருந்ததற்கோ அடையாளங்கள் எதுவும் இல்லை. புதிய அடுக்குமாடிக் கட்டடங்களும், அபார்ட்மெண்டுகளும் கட்டப்பட்டு வருகின்றன.

மர்ம சந்நியாசி

பழைய சம்பவங்கள் சரித்திரமாக அங்கீகரிக்கப் படுவதற்கு முன்னர், கண்களை விட்டு மெள்ள மறைந்து கொண்டிருக்கின்றன.

எல்லா இடங்களையும் பற்றிச் சொல்லியாகிவிட்டது, ஒன்றைத் தவிர. அனைத்து சம்பவங்களுக்கும் காரணமாக இருந்த, டார்ஜிலிங்கில் அந்த நிகழ்வு நடந்த இடமான 'ஸ்டெப் அசைட்' பங்களா, இப்போது டார்ஜிலிங்கில் பார்க்கவேண்டிய ஒரு முக்கியமான சுற்றுலா இடமாக மாறிவிட்டது. அதற்கான முழுப் பெருமையும் மேஜோ குமாருடையது அல்ல. தேசபந்து என்று அனைவராலும் அழைக்கப்படும் பிரபல சுதந்தரப் போராட்டத் தியாகியும், பிரபல வழக்கறிஞருமான சித்தரஞ்சன் தாஸ், அந்த பங்களாவில்தான் தன் கடைசி மூச்சை விட்டார். சித்தரஞ்சன் தாஸ் அங்கு தங்கியிருக்கும்போது அவரைக் காண காந்தியும், டாக்டர் அன்னிபெசன்ட் அம்மையாரும் 'ஸ்டெப் அசைட்' பங்களாவுக்கு வருகை தந்தனர். இப்போது அந்த பங்களாவில், 'தேசபந்து மெமோரியல் சங்கம்' என்ற பெயரில் எளிய மக்களுக்கு கல்வி, மருத்துவம் போன்ற பல பொதுச் சேவைகள் அளிக்கப்பட்டு வருகின்றன. மேலும், தேசபந்து பயன்படுத்திய பொருள்களும் 'ஸ்டெப் அசைட்' பங்களாவில் காட்சிப் பொருள்களாக வைக்கப்பட்டிருக்கின்றன.

•

SP. சொக்கலிங்கம்

சென்னை உயர் நீதிமன்றத்தில் 24 ஆண்டுகள் வழக்கறிஞராக இருந்து வருகிறார். இடையில் அறிவுசார் சொத்துரிமை தீர்ப்பாயத்தின் தொழில்நுட்ப உறுப்பினராக செயல்பட்டார்.

இவர் எழுதி வெளிவந்த 'காப்புரிமை' என்ற புத்தகம் 2009ஆம் ஆண்டுக்கான தமிழக அரசின் சிறந்த புத்தகமாக தேர்ந்தெடுக்கப் பட்டது. அதற்காக, அப்போதைய முதல் அமைச்சரிடம் பாராட்டையும் பரிசையும் பெற்றார்.

இவருடைய பிற புத்தகங்கள் - 'பிரபல கொலை வழக்குகள் (பாகம் 1)', 'பிரபல கொலை வழக்குகள் (பாகம் 2)' மற்றும் 'மதுரை சுல்தான்கள்'.

பிரபல கொகை வழக்குகள் – பாகம் 2

மதுரை நாயக்கரின் வீட்டின் புறக்கடையில் உள்ள வடிகாலில் அடைப்பு. சாக்கடைக் குழியின் சிமெண்ட் மூடியை அகற்றிவிட்டு உள்ளே பார்த்தால் ஒரு பச்சிளம் குழந்தையின் இடது கை விரல்களும் குழந்தையின் தலையும் தெரிந்தது...

நெஞ்சைப் பதைபதைக்கச் செய்யும் பத்து படுகொலைகள் இதில் விவரிக்கப்பட்டுள்ளன. கொலை நடந்த நொடியில் இருந்து தீர்ப்பு வழங்கப்பட்ட நொடி வரை நடந்தவை அனைத்தையும் படு துல்லியமாக, முழு ஆதாரங்களுடன் விறுவிறுப்பான மொழி நடையில் ஒரு திரைப்படம் போல் கண் முன்னே விரியச் செய்கிறார் SP.சொக்கலிங்கம்.

மதுரை சுல்தான்கள்

சேரர், சோழர், பாண்டியர்கள் வம்சமெல்லாம் முடிவுக்குக் கொண்டு வரப்பட்டு 'சுல்தான்களின் ஆட்சி', தமிழகத்தில் சுமார் 65 ஆண்டுகள் நடைபெற்றது என்பது பலரும் அறியாத, அதிகம் பதிவு செய்யப்படாத வரலாறு.

வடக்கில் டெல்லியைத் தலைநகரமாகக் கொண்டு இந்தியாவை ஆண்ட சுல்தான்கள் எப்படி தமிழகத்தைக் கைப்பற்றினார்கள்? மதுரை சுல்தான்களின் ஆட்சி முடிவுக்கு வந்தது எப்படி?

அரிதான வரலாற்றின் தெரியாத பக்கங்களைத் தெளிவாகச் சொல்கிறது இந்தப் புத்தகம்.

நீங்கள் விரும்பும் புத்தகம் உங்கள் வீடு தேடி வர அழையுங்கள்

Dial for Books

94459 01234

9445 97 97 97

WhatsApp No

95000 45609

www.dialforbooks.in

www.amazon.in

www.flipkart.com